ஏன் வாசிக்க வேண்டும்?

ஏன் வாசிக்க வேண்டும்?

ஆர். அபிலாஷ்

Title : En Vaasika Vendum
Author's Name : R Abilash Chandran

Published by Ezutthu Prachuram

Ezutthu Prachuram
(An imprint of Zero Degree Publishing)
No.55(7), RBlock,
6th Avenue, Anna Nagar
Chennai - 600040

Website: www.zerodegreepublishing.com
E Mail id: zerodegreepublishing@gmail.com
Phone : 98400 65000

First Edition by Ezutthu Prachuram: February 2021
ISBN : 978-93-90884-45-2
TITLE NO EP : 176

Cover Design : Meenakshi Ayyappan
Layout : Vidhya Velayudham

உள்ளே

சமர்ப்பணம்

எங்கள் ஊரில் முதன்முதலாக களஞ்சியம் எனும் ஒரு இலக்கிய புத்தகக் கடை ஆரம்பித்த ஹாமீம் முஸ்தபா அண்ணனுக்கு

வாசிக்கும் முன்

புத்தகம் வாசிப்பதைப் பற்றி எதற்கு ஒரு புத்தகம், குறிப்பாக அதை வாசிக்க முடிகிறவர்களுக்கு ஏன் எப்படி வாசிக்க வேண்டும் என ஏன் சொல்லித் தர வேண்டும்?

ஏனென்றால், புத்தக வாசிப்பு என்பது யோகா, உடற்பயிற்சி, நீச்சல் போல ஒரு திறன் அல்ல. நீங்கள் முறைமைகள், விதிமுறைகள் போன்றவற்றை தெரிந்து கொண்டால் யோகா செய்யலாம், நீச்சலடிக்கலாம். நீங்கள் தனியாகக் கூட ஒரு தீவில் இருந்து கொண்டு எந்த உபகரணமும் இன்றி உடற்பயிற்சி செய்யலாம். ஆனால் வாசிப்பானது ஒரு சங்கிலித் தொடர் நடவடிக்கை. வாசிக்க உங்களுக்கு எழுத்தறிவு மட்டும் போதாது. சொற்களின் பொருளைத் தெரிந்து கொண்டால் மட்டும் போதாது. நீங்கள் வாசிக்கிற நூலின் ஒவ்வொரு சொல்லும் என்னென்ன அர்த்தங்களை, தொனிகளை, வரலாறுகளை, தொன்மங்களை பயன்படுத்துகின்றன் என்பதை அந்த நூலை வைத்து மட்டுமே தெரிந்து கொள்ளவியலாது. ஒரு கருத்தோ உணர்வோ எழுகின்ற சூழலை, சந்தர்ப்பத்தை அறிந்தாலே அது ஒரு முழுமையான வாசிப்பாகும். அதனால் தான் நீங்கள் ஒரு புத்தகத்தை வாங்கி வீட்டுக்கு எடுத்து செல்லும் போது அப்புத்தகத்தை மட்டுமல்ல ஒரு பெரும் வரலாற்றுத் தொடர்ச்சியை, அதனுடன் ஓயாது உரையாடுகிற பல நூறு உறவு நூல்களின் நிழல்களை, ஒரு பெரிய நூலகத்தையே கையடக்கமாய் கொண்டு செல்கிறீர்கள். உ.தா., புதுமைப்பித்தனை, நகுலனை, சு.ராவை, சாருவை, சாக்ரடீஸை, நீட்சேயை, ஹைடெக்கரை, நாகார்ஜுனரை, தெரிதாவை முதன்முறையாக ஒரு நூலாக எதேச்சையாக எடுத்து படிப்பது வேறு அவர்களைப் பற்றி அதுவரை பேசப்பட்டுள்ள அத்தனை பேச்சுக்கள், இப்போதும் பேசப்பட்டுக் கொண்டிருக்கும் பேச்சுகளின் பின்னணியில் படிப்பது வேறு. அது மட்டுமல்ல நீங்கள் படிக்க ஆரம்பித்தவுடனே இந்த சங்கிலித் தொடரான எண்ணவோட்டங்கள், விவாதங்கள், உணர்வுநிலைகளுடன் உங்களுடைய பங்களிப்பும் சேர்ந்து கொள்கிறது. ஏனென்றால் யாரும் ரகசியமாக படிப்பதில்லை. அப்படி படிக்கவே நினைத்தாலும் அது மற்றவர்களுக்கு தெரிந்து விடும். உங்கள் சொற்கள், எண்ணவோட்டத்தில் அந்த புத்தகம் ஏற்படுத்தும் நிறமாற்றம் பிறருடனான உங்கள் உறவாடல் மூலம்

புதிய அலைகளை நமது மொழியில், பண்பாட்டு செயல்பாடுகளில் ஏற்படுத்தியே தீரும். இதனால் தான் வாசிப்பு என்பதை தனியாக யாராலும் செய்ய முடியாது என்கிறேன்.

வாசிக்க ஒரு புத்தகம் மட்டுமல்ல, அதை எழுதுகிற எழுத்தாளன், அவன் வாசிக்கிற புத்தகங்கள், அவற்றை வாசிக்கிற பிற வாசகர்கள், எழுத்தாளர்கள், அவர்களுடைய கருத்துக்கள் என பல தொடர்பு மையங்கள் வேண்டும். வாசிப்பு என்பது எழுத்துக்கூட்டி சொற்களை புரிந்து அவற்றின் ஊடாக ஒரு கருத்தை மனதில் ஏற்றுவது அல்ல. அது ஒரு பண்பாட்டு நடவடிக்கை. வாசிப்பைக் குறித்து விவாதிப்பது ஒரு பண்பாட்டுச் சூழலைப் பற்றி, ஒரு சமூகத்தைப் பற்றி, ஒரு மக்கள் கூட்டத்தின் கூட்டு மனநிலை பற்றி விவாதிப்பதாகும்.

ஒவ்வொரு சமூகத்திலும் ஒவ்வொரு மட்டத்திலும் வாசிப்பின் போக்குகள் சமூகப்பொருளாதாரக் காரணிகளால் மாற்றத்துக்கு உள்ளாகின்றன. கடந்த இரு பத்தாண்டுகளில் தமிழனின் வாசிப்பும் அப்படி நுட்பமாக, வினோதமாக மாறி உள்ளது. இலக்கிய, இலக்கியமற்ற வாசிப்புகளுக்கு இடையிலான வேறுபாடு மறையத் தொடங்கி உள்ளது. மின்னணு வாசிப்பு அதிகமாகி உள்ளது. இலக்கியம் இங்கு ஒரு சமூக அந்தஸ்தைக் கோரும் பண்பாட்டு நடவடிக்கையாக பார்க்கப்படுவது ஆரம்பித்துள்ளது. ஒரு கட்சித்தலைமை தான் புத்தகங்களை பரிசளிப்பதை, பிறரிடம் இருந்து புத்தகங்களை பரிசாகப் பெற்றுக் கொள்வதை சமூகவலைதளங்கள் மூலம் விளம்பரப்படுத்துவதைப் பார்க்கிறோம். எழுத்தாளர்கள் குறித்த சர்ச்சைகள் டிவியில் செய்தியாவதைப் பார்க்கிறோம். கடந்த இருபதாண்டுகளில் புத்தக சந்தைக்கு வருகை தரும் பார்வையாளர்களின் எண்ணிக்கை பல மடங்கு பெருகி உள்ளது. புத்தக பிரசுரமும் பெருமடங்கு அதிகமாகி வருகிறது. தொண்ணூறுகள் வரை சிறுபத்திரிகைகளில் மட்டுமே புழக்கத்தில் இருந்த பல கலைச்சொற்கள் வெகுஜன ஊடகத்தில் சாதாரணமாக பயன்படுத்தப்படுவதைப் பார்க்கிறோம். “நீங்கள் என்ன புத்தகம் படிப்பீர்கள்?” என ஒரு ஊடகவியலாளர் முதல்வர் பழனிச்சாமியிடம் கேட்பதை, அதற்கு அவர் பூசி மொழுகி பதில் சொல்வதைப் பார்க்கிறோம். பேஸ்புக், இணையதளங்கள், யுடியூப் காணொளிகளின் ஊடாக காத்திரமான கருத்துக்கள்

லகுவாக வெகுமக்களிடம் பரவுவதைக் காண்கிறோம். இதனூடே தான் வாசிப்பது குறித்த நிறைய கேள்விகள் நமது சூழலில் எழுவதைப் பார்க்கிறேன். “விஷ்ணுபுரம் வட்டம்”, “வாசக சாலை” போன்ற அமைப்புகள் வாசகர்கள் தமது கேள்விகளை, கருத்துக்களை எழுப்ப, பரிமாறிக் கொள்ள ஒரு களத்தை உருவாக்க தோன்றியவை தாம். அதனால் தான் எப்படி வாசிப்பது எனும் கேள்வியானது படிக்கத் தெரியாதவர்கள் அல்ல தெரிந்தவர்கள் கேட்க வேண்டிய கேள்வியாகிறது. வாசிப்புச் செயல்பாட்டின் பின் இயங்கும் நுட்பமான பல சங்கதிகளை தெரிந்து கொள்ளும் போது வாசகன் இன்னும் காத்திரமாக சமூகத்தில் தன் இடத்தை அறிந்து கொள்கிறான். இதை விவாதிப்பதற்கான புத்தகமே இது.

இந்நூலை பொதுவான வாசிப்பு, இலக்கியம் சார்ந்த வாசிப்பு, தத்துவம் சார்ந்த வாசிப்பு, உளவியல் சார்ந்த வாசிப்பு, புத்தகத் தேர்வு என ஐந்து பகுதிகளாக பிரித்திருக்கிறேன். பொதுவான வாசிப்பு பகுதியில் வாசிப்பு குறித்து பரவலாய் எழுப்பட்டும் கேள்விகளுக்கு என் தரப்பு பதில்களைத் தந்துள்ளேன், பல சிக்கல்கள் குறித்த என் பார்வையை பதிவு செய்திருக்கிறேன், ஏன் மக்கள் கழிப்பறையில் உட்கார்ந்து படிக்க விரும்புகிறார்கள் போன்ற வினோதமான உளவியல் கோணங்களையும் அலசியிருக்கிறேன். இலக்கிய வாசிப்பு பகுதியில் இலக்கிய வாசிப்பு இன்று எப்படி உருமாறி உள்ளது, இன்று ஒரு இலக்கிய வாசகனுக்கு எழும் சிக்கல்களை எப்படி தெளிவுபடுத்திக் கொள்வது எனப் பேசியிருக்கிறேன். தத்துவ, உளவியல் பகுதிகளில் இந்த இரு துறை சார்ந்த நூல்களை எப்படி வாசிப்பது என்பதைப் பற்றி பேசியிருக்கிறேன்.

வாசிப்பு என்பது ஒருவர் சமூகத்தில் பொருளியல் ரீதியாக மேம்படவோ, சமூக உறவாடல்களில் சிறந்து விளங்கவோ உதவக் கூடிய ஒன்று அல்ல என நம்புகிறேன். சொல்லப் போனால் நாம் எவையெல்லாம் சரி என நம்பி வந்திருக்கிறோமோ வாசிப்பு அதையெல்லாம் தவறு என மாற்றி யோசிக்க செய்யக் கூடியது. இது வாசிப்புப் பழக்கத்தின் துவக்க காலத்தில் மட்டுமல்ல இறுதிக் கட்டத்திலும் ஒருவருக்கு நிகழலாம். அதனாலே, “வாசித்து கற்றுக் கொள்வதை வைத்து லௌகீக வாழ்வில் ஒன்றுமே சாதிக்க முடிவதில்லை, அது இடையூறாகவே மாறுகிறது” என மனுஷ்யபுத்திரன் ஒரு தனி உரையாடலில் என்னிடம் சொன்னதை

இங்கு நினைத்துப் பார்க்கிறேன். வாசிப்பதென்பது உலகை அறிவது அல்லவென்றால் அது எதை அறிவது? இந்த வாழ்வையா? இந்த மனத்தையா? சுயத்தையா? வாழ்வு என்பது ஒரு தனித்த சங்கதி அல்ல. அதை நாம் அறிய அறிய அது நம் அறிவுக்கு முரணாகவே இயங்குகிறது. உளவியல் கூட அப்படித்தான் - மிகப்பெரிய உளவியல் அறிஞர்களாலும் இந்த மனம் ஏன் இப்படி சிந்திக்கிறது என தெளிவுபட சொல்லி விட முடிவதில்லை. ஏனென்றால் மனத்தை மனத்தைக் கொண்டு அள்ளி விட முடியாது, ஏனென்றால் அக்கணம் அது மனத்தை மதிப்பிடுகிற மனம் மதிப்பிடுகிற மனமாக இருக்கும் (குழப்புகிறேனா?). இலக்கியத்தை அறிவதற்காக இலக்கியத்தை வாசிக்கிறோம் என ஒருவர் சொல்வது சரி அல்ல. இலக்கியம் ஒரு தனியான சாராம்சமான ஒன்றாக இலக்கியத்துக்குள் இல்லாத போது அதை எப்படி அறிய முடியும்? என்னுடைய புரிதல் வாசிப்பு என்பது ஒரு புத்தகத்தை புரிந்து கொள்வது அல்ல, அது நம் இருப்பை நோக்கிய ஒரு விசாரம் என்பதே. தத்துவம் இவ்விசாரத்தை தர்க்கபூர்வமாய் செய்தால் இலக்கியம் உணர்வுரீதியாக, மொழியில் உள்ள உருவகங்கள் வழியாக செய்கிறது.

ஒரு கவிதை வரியில் தோன்றும் அர்த்தம் அல்ல, அதன் எதிர்-அர்த்தம், அதன் முரண் அர்த்தமே வாசிப்புக்கு முக்கியம் என தெரிதா சொல்கிறார். ஒரு வாசகனின் உளவாதலானது (becoming) அர்த்தங்கள் பரஸ்பரம் மோதி தம்மை அழித்துக் கொள்ளும் ஒரு இன்மை அனுபவத்தில் தோன்றுகிறது என்கிறார் தெரிதா. அவருடைய கட்டுடைப்பு வாசிப்பானது மறைக்கப்பட்ட அர்த்தங்களை அம்பலப்படுத்துவது அல்ல. அது இன்மையை அறிவதே, அப்படி அறிந்து நம் இருப்பை உணர்வதே. அதனாலே ஒரு கவிதை வரி நம்மை அழவும், கோபப்படவும், சிரிக்கவும் வைக்கிறது, அதற்குக் காரணமான கருத்து என ஒன்று அதனுள் இல்லையெனும் போதும். ஒரு இலக்கிய வாசகனோ "நான் ஏன் ஒரு பேதையாக இருக்கிறேன்?" என கலங்கும் போதே தோன்றுகிறான், ஏனென்றால் அப்போதே அவன் மிகத் தெளிவாக, மகிழ்ச்சியாக இருக்கிறான்.

இன்னொரு பக்கம் புத்தக வாசிப்பின் இந்த எதிர்-அரசியல் ஒரு எதிர்ப்பரசியலாக, அறிவுச் செயல்பாடாகவும் உள்ளதை அறிவேன்.

இன்மையானது அங்கு சாராம்சங்களை ஒழித்து விடுதலைக்கு, சமத்துவத்துக்கு வழிகோலுகிறது. எந்த கோணத்தில் பார்த்தாலும் வாசிப்பின் பங்களிப்பு முழுமையடைவது அது ஒரு கூட்டு சமூகச் செயல்பாடாக மாறும் போதே. அது ஒன்று சமூகத்திடம் இருந்து தனிமனிதனுக்கோ அல்லது தனிமனிதனில் இருந்து சமூகத்துக்கோ பாய்கிற மின்சாரம். இந்த புத்தகத்தை நான் இந்த நோக்கில் தான் எழுதி உள்ளேன்.

இது திட்டமிட்டு ஒரேயடியாக எழுதப்பட்டது அல்ல, மாறாக இது கடந்த பத்தாண்டுகளாக நான் வாசிப்பு எனும் தலைப்பில் எழுதி வந்துள்ள கட்டுரைகளின் தொகுப்பு. பல்வேறு கட்டங்களில் இக்கட்டுரைகளை பிரசுரித்த தீராநதி, மின்னம்பலம் ஆகிய இதழ்களுக்கு என் நன்றியை தெரிவித்துக் கொள்கிறேன். இதில் வரும் பல கட்டுரைகள் என் வாசகர்களும் நண்பர்களும் எழுப்பிய கேள்விகளுக்கு நான் தந்த பதில்கள் ஆகும். ஆகையால் இந்த புத்தக உருவாக்கத்தில் அவர்களுக்கும் ஒரு முக்கிய பங்குண்டு. அவர்களுக்கும் என் நன்றி உரித்தாகும். இறுதியாக, இந்நூலை பிரசுரிக்கிற எழுத்து பிரசுரத்துக்கு என் அன்பு!

பொது வாசிப்பு

வாசிப்புக்கான எட்டு கட்டளைகள்

1) பரிந்துரை பட்டியல்களை பின்பற்றாதீர்கள். புத்தகத் தேர்வு ஒரு நண்பனை, காதலியை தேர்வதைப் போன்றது. அது ஒரு உறவு. உங்கள் சிந்தனையை, மொழியை, தோரணையை மாற்றப் போகிற உறவாடல். உங்கள் உள்ளுணர்வு, நம்பிக்கைகள், தனிப்பட்ட தேடல் ஆகியவை ஒட்டி ஒரு நூலை தேர்ந்தெடுங்கள். யாருமே பொருட்படுத்தாத ஒரு நூல் கூட உங்களுக்கு முக்கியமானதாக இருக்கலாம். உ.தா., தமிழ் இலக்கிய உலகில் யாரும் ருத்ரனை பொருட்படுத்தி படிக்க பரிந்துரைக்க மாட்டார்கள். ஆனால் பதின் வயதில் நான் வாசிக்க நேர்ந்த அவரது கட்டுரை நூல்கள் இன்று வரை என்னை என்னையறியாது வழிநடத்துகின்றன. ஒரு நட்பு எப்படி இருக்க வேண்டும் என அவர் விளக்கியதையே இன்றும் பின்பற்றுகிறேன். அவரது டெஸிடெரட்டா கவிதை மொழியாக்கம் மற்றும் விளக்கத்தை நான் என்றும் மறக்க முடியாது. ருத்ரனை விட சு.ரா பல மடங்கு மேலான எழுத்தாளர்; சிந்தனையாளர்; கட்டுரையாளர். ஆனால் சு.ராவின் கட்டுரைகளை சுலபத்தில் மறந்து விட்டேன். ருத்ரன் என்னை வழிநடத்துகிறார். 12 வயதில் அவர் ஒரு டிவி நிகழ்ச்சியில் சொன்ன சம்பவத்தை இப்போதும் என் வகுப்பில் நினைவு கூர்ந்து சொல்கிறேன். இவை வாசக மனத்தின் விசித்திரங்கள். நம் மனம் அதன் போக்கிற்கு சிந்தனைகளை, சிந்தனையாளர்களை பின் தொடர்ந்து செல்ல நாம் அனுமதிக்க வேண்டும். நம் மனத்திற்கு ஒரு போதும் கடிவாளம் இடக் கூடாது.

2) வாசகக் குழுக்கள் வாசிப்புக்கு வேகம் கூட்ட தேவை தாம். குறிப்பாக ஒரு விசயத்தை ஒட்டி தொடர்ந்து இயங்குவதற்கு. நீங்கள் சினிமா பற்றி அலசி எழுத விரும்புகிறீர்களா? சினிமா பற்றி நுணுகி ஆராயும் நண்பர் குழுவொன்றில் இணைந்து அவர்களுடன் பயணியுங்கள். நூல்களை பகிர்ந்து படியுங்கள். படித்ததைப் பற்றி பேசிக் கொண்டே இருங்கள். அந்த பேச்சில் இருந்தே நல்ல எழுத்தும் படைப்புகளும் தோன்றும். தொண்ணூறுகளில் "நிறப்பிரிகை" இதழை ஒட்டின விவாதங்களும் அதில் இருந்து

தோன்றின எழுத்தாளர்கள், சிந்தனையாளர்களும் நல்ல உதாரணம். ரெண்டாயிரத்தில் தமிழ் ஸ்டுடியோ அருண் இது போன்று சினிமாவுக்கென ஒரு அமைப்பை உருவாக்கினார் (தமிழ் ஸ்டுடியோ). அதில் பங்கேற்றது தனக்கு பின்னாளில் வெகுவாய் உதவியது என இயக்குநர் ஸ்ரீகணேஷ் ஒரு தனிப்பட்ட உரையாடலில் என்னிடம் குறிப்பிட்டார். என் பதின்வயதில் கலை இலக்கிய பெருமன்ற கூட்டங்கள் எனக்கு இவ்வாறு உதவின. அண்மையில், கிறைஸ்ட் பல்கலை மாணவர்களுடன் இணைந்து லக்கான் பற்றி ஒரு நூல் வெளியிட்டேன். அதற்காக மாணவர்களுடன் தொடர்ந்து நிறைய உரையாடல்களில் ஈடுபட்டேன். எழுதப் போகிறவர்களை தனியாய் அழைத்து அவர்களுடன் தீவிரமாய் விவாதிப்பேன். இதை ஒட்டி உடனே ஐந்தே வரிகளில் தம் மனத்தில் இருப்பதை எழுதிக் காட்ட சொல்வேன். அதை பாராட்டுவேன். வீட்டுக்கு சென்று அதை விரித்தெழுத சொல்வேன். ரெண்டே வாரங்களில் அந்நூலில் உள்ள பத்து கட்டுரைகளையும் மாணவர்கள் இவ்வாறு எழுதினார்கள். லக்கான் குறித்து இணையத்திலோ புத்தகத்திலோ படித்து அதைக் கொண்டு எழுத முடியாது. அவரைப் பற்றி அரட்டையடிப்பது, விவாதிப்பது, பேசி விளக்குவது வழியே அவரைப் பற்றி எழுதுவதற்கான மொழி நம்மிடம் உருவாகும் என நான் உறுதியாக நம்பினேன். இப்போதும் நம்புகிறேன்.

3) வாசகக் குழுக்களை மீறி செல்லுங்கள். இதுவும் உங்கள் அடுத்த கட்ட வளர்ச்சிக்கு அவசியம். ஒரு குழுவுக்குள் தொடர்ந்து பயிலும் போது உங்கள் தனித்துவம் காலியாகும். குழுவின் மொழியும் நுண்ணுணர்வும் அரசியலும் நம்பிக்கைகளும் உங்களுடையது என்றாகும். ஒரு நல்ல வாசகன் / எழுத்தாளன் தனித்து யோசிப்பவனாய், பொதுப்போக்கை மறுத்து மீறி செல்பவனாய் இருத்தல் அவசியம். ஆக ஒரு குழுவில் தோன்றி, வளர்ந்து பின் அதைக் கடந்து செல்லுங்கள். உங்கள் பாதை தனித்ததாக இருக்கட்டும்.

4) பிடிக்காத நூல்களை படிக்காதீர்கள். வாசிப்பில் சுவை, பொழுதுபோக்கு, கிளர்ச்சி, மனத்திளைப்பு ஆகியன முக்கியம். வாசிப்பு அனுபவம் காதலில் ஈடுபடுவதற்கு இணையாக இருக்க வேண்டும். கட்டுக்கட்டாய் நூல்களை வாங்கி வீட்டில் அடுக்கி விட்டு வாசிக்காமல் இருப்பதற்கு ஒரு காரணம் வெளிச்சூழலின்

அழுத்தம் காரணமாய் அந்நூல்களை நாம் வாங்கி இருப்பதே. நான் ஒருபோதும் இதைச் செய்ய மாட்டேன். மொத்த உலகமும் ஒரு நூலைக் கொண்டாடினாலும் என் உள்ளுணர்வு கோராவிட்டால் நான் அதை வாசிக்க மாட்டேன். வாசிப்பில் அந்தரங்கத் தேர்வு மிக மிக முக்கியம். மூளைக்கு நல்லது, ஆகையால் படித்தால் கசக்கும் என நம்பி படிக்காதீர்கள். எனக்கு தத்துவம் பிடிக்கும். ஹைடெக்கர் படித்தால் கசக்காது. இன்னொருவருக்கு தத்துவம் அலுப்பென்றால் அவர் ஹைடெக்கர் படிக்க தேவையில்லை. எல்லாருக்குமான பொது நூல்கள் இல்லை.

5) வாசிப்பு ஒரு பழக்கம். உடற்பயிற்சி போல. தினமும் குறிப்பிட்ட மணிநேரங்கள் படித்தால் சிரமம் தெரியாமல் படிக்க முடியும். ஆனால் அப்பழக்கம் விட்டுப் போனால் திரும்ப உட்கார்ந்து படிக்க முடியாது. கவனம் சிதறும். ஒரு நாளின் ஒரு குறிப்பிட்ட பகுதியை வாசிப்புக்கென ஒதுக்குங்கள். அப்போது மட்டும் படியுங்கள். அப்போது படிப்பதை மட்டும் செய்யுங்கள்.

6) வாசிப்புக்கு தனிமை அவசியம். அதாவது தனித்திருப்பதல்ல. (ரெண்டும் வேறுவேறு) தொடர்ந்து யாரிடமாவது உரையாட வேண்டும் என மனம் தவித்தால் வாசிப்பு தடைபட்டுப் போகும். பேஸ்புக்கில் தீவிரமாய் இருப்பவர்கள் தம்மால் புத்தகம் வாசிக்க இயலவில்லை என வருந்துகிறார்கள். இதற்காகவே பேஸ்புக்கை விட்டு வனவாசம் செல்கிறார்கள். திரும்ப வந்து தாம் வனவாசத்தின் போது இவ்வளவு நூல்களைப் படித்தோம் என கூறுகிறார்கள். நான் நீண்ட காலமாய் பேஸ்புக்கில் இருக்கிறேன். இதுவரை அது எனக்கு தொந்தரவாக இருந்ததில்லை. ஏனெனில் உறவுகளை உருவாக்கி தொடர, யாரிடமாவது அரட்டை அடிக்க நான் அதை பயன்படுத்துவதில்லை. பேஸ்புக்கை நான் ஒரு செய்தித்தாளை போல் பயன்படுத்துகிறேன். சமூக வலைதளமாக அல்ல. என்னால் இப்போதும் மணிக்கணக்காய் தனியாய் இருக்க முடியும். (என்னைச் சுற்றி மனிதர்களும் வேண்டும்.) இத்தனிமையை நான் ரசிக்கிறேன். இதை மேலும் ரசிக்க நான் புத்தக வாசிப்பை பயன்படுத்துகிறேன். பேசிக் கொண்டே இருப்பவர் வாசிக்க முடியாது. மனம் முதலில் ஓய வேண்டும். அதற்கு வாய் ஓய வேண்டும்.

7) வாசிக்க வாசிக்க நமக்கென ஒரு ரசனை, தேர்வு, ஆர்வம், ஒருவித பட்டியல் உருவாகும். நமக்கென பிரியப்பட்ட எழுத்தாளர்கள்

தோன்றுவார்கள். இப்போது நீங்கள் உங்களை ஆச்சரியப்படுத்த வேண்டும். புதுப்பிக்க வேண்டும். (அல்லாவிட்டால் வாசிப்பு தட்டையாகி விடும்.) உங்களுக்கு உவப்பிராது என நம்பும் ஒரு துறையில் இருந்து ஒரு நூலை வாங்கி படியுங்கள். நீங்கள் ஒரு இடதுசாரியா? அமெரிக்க ஏகாதிபத்யத்தை நியாயப்படுத்தும் ஒரு நூலை புரட்டிப் பாருங்கள். தத்துவம், இலக்கியம், கலைக்கோட்பாடுகள் மட்டும் படிக்கிறவரா? தோட்டக்கலை, சோதிடம், உடற்பயிற்சி, புவியியல், அறிவியல் நூல்களை தேடி படியுங்கள். ஆரம்பத்தில் கடுப்படித்தாலும் இந்நூல்களில் ஒன்று உங்களுக்கு சட்டென அபாரமான ஒரு மனவிரிவைத் தரும்.

8) வாசிப்பு நம் அறிவு, நம்பிக்கைகள், நுண்ணுர்வு ஆகியவை ஏற்படுத்தினசட்டகங்களைநொறுக்குவதற்கானஒருகாரியம். இவை உடையும் போது மனம் விரியும். அப்போது பரவசம் கிடைக்கும். இதுவே வாசிப்பின் இன்பம். ஒரு உதாரணம் தருகிறேன். இரண்டு வகையான பெண்ணிய எழுத்து உண்டு. ஒன்றில், பெண்கள் முழுக்க நல்லவர்களாகவும் ஆண்கள் ஒடுக்குமுறையில் ஈடுபடும் கொடூரர்களாகவும் இருப்பார்கள். அல்லது இப்பெண்களுக்கு உதவும் நல்லவர்களாகவும் சில சமயம் இருப்பார்கள். இந்த இருமை கொண்ட பெண் எழுத்து அம்பையுடையது. இதைப் படிக்கையில் ஒரு ஆரம்பநிலை பெண்ணியவாதி புளகாங்கிதம் அடையலாம். ஆனால் நம் கருத்தை இன்னொருவர் ஆமோதிக்கிறார் என்பதில் உள்ள ஒரு குழு அங்கீகார குதூகலிப்பு மட்டுமே இது. இன்னொரு வகையான பெண்ணிய எழுத்தில் பெண்ணுக்குள் இருக்கும் முரண்களும் பேசப்படும். சில்வியா பிளாத்தின் ”தி பெல் ஜார்” (The Bell Jar) நாவலை சொல்லலாம். தன் உடல் மீது ஆணாதிக்க சமூகமும் குடும்பமும் செலுத்தும் அடக்குமுறையை இந்நாவலின் நாயகி எஸ்தர் கிரீன்வுட் சாடுகிறாள்; தன் தாய் அத்தகைய ஒரு அடக்குமுறையை தன் மீது ஏவுவதை அவள் எதிர்க்கிறாள். ஆனால் அதேவேளை உடலை சுதந்திரமாய் வெளிப்படுத்தி பார்ட்டி கொண்டாட்டம் என மகிழ்ச்சியாய் இருக்கும் மேற்தட்டு பெண்கள் மீது கடும் குரோதத்தையும் அவள் வெளிப்படுத்துகிறாள். அதாவது, எஸ்தர் தன் தாயிடம் இருந்து தப்பித்துச் செல்லும் அதே வேளை உள்ளுக்குள் தன் தாயாகவும் இருக்கிறாள். மனித மனம் எப்படி முரண்பாடுகளின் முடிச்சாக இருக்கிறது என்பதை சில்வியா பிளாத் தன் கவிதைகளில் தொடர்ந்து பேசுவதை இந்நாவலில் இன்னும்

உக்கிரமாய் செய்கிறார். ஒரு பெண்ணியவாதிக்கு இந்நாவல் ஏற்படுத்தும் அதிர்ச்சிகளும் குழப்பங்களும் முக்கியமானவை. அம்பை இதை செய்ய மாட்டார். அம்பை உங்கள் பெண்ணிய கழுத்துக்கு மசாக் செய்வார். சில்வியா பிளாத் உங்கள் பெண்ணிய கழுத்தைப் பற்றி சடேரென உங்களை வாகனங்கள் விரையும் சாலை நடுவே தள்ளி விடுவார்.

நீங்கள் வாசிப்பது ஒரு நல்ல நூலா இல்லையா என அறிய ஒரே வழி தான்: அது உங்கள் கழுத்தை மசாஜ் செய்தால் நல்ல நூல் இல்லை; கழுத்தை உடைத்தால் மிக நல்ல நூல்.

அவ்வளவு தான்! இனி வாசியுங்கள்.

வாசிப்பு பற்றி நான்கு கேள்விகள்

வாசிக்க நேரமில்லை என நிறைய பேர் சொல்வதை கேட்கிறேன். இது உண்மையா? அதற்கு முன்பு வேறு சில கேள்விகளை பரிசீலிப்போம்.

வாசிப்பின் தேவைதான் என்ன?

வாசிப்பதற்கு நேரமில்லை போன்ற பொதுவான காரணங்களை நான் நம்புவதில்லை. மிகக்கடுமையான வேலைப்பளு கொண்டவர்களும் படிக்கிறார்கள். வேலையே இல்லாமல் ஈயடிப்பவர்களும் புத்தகத்தை கையில் கொடுத்தாலும் படிப்பதில்லை. சரி ஆர்வம் தான் வாசிப்பை தீர்மானிக்கிறதா என்றால் அதுவும் இல்லை. ஒரு புத்தகத்தின் மீது நிறைய மையல் கொண்டு, அதை அடிக்கடி தொட்டு தடவி திறந்து பார்த்து மூடி வைத்து விடுகிறவர்களை எனக்குத் தெரியும். என்னுடைய ஒரு தோழி ஒரு ஆங்கில நாவலாசிரியரின் வெறித்தனமான ரசிகை. அவரது எந்த புது நாவல் வந்தாலும் உடனே வாங்கி வைத்து விடுவார். ஆனால் படிக்க மாட்டார்.

வாசிப்பினால் எழுத்தாளனுக்கு பயனில்லையா?

சிலர் எழுத்தாளர்கள் படிப்பது குறைவு என்கிறார்கள். இதை நீங்கள் எஸ்.ரா, ஜெயமோகன் போன்றோரை முன்வைத்து கூற முடியாது. அவர்கள் புத்தகத்துக்கு பதில் நூலகங்களையே படிக்கிறார்கள். ஆனாலும் பொதுவாக நம் எழுத்தாளர்களின் வாசிப்பு குறைவானது என ஒரு பார்வை உள்ளது. இது ஓரளவு உண்மையும் தான்.

இதற்கு ஒரு காரணம் எழுத்தே எழுத்தாளர்களின் பெரும்பாலான நேரத்தை உண்டு விடுகிறது என்பது.

நிறைய படிப்பது எழுத்தை மேம்படுத்தும் எனும் பார்வையில் எனக்கு உடன்பாடில்லை. நிறைய படிப்பதை விட சிரமமான

நூல்கள் சிலவற்றை ஆழ்ந்து படித்தாலே போதும். அவை உங்களுக்குள் நிறைய கேள்விகளை எழுப்பும். வாழ்க்கையில் எவ்வளவு புரியாமை அதிகமாகிறதோ அந்தளவு எழுத்தும் சிறப்பாக இருக்கும்.

இன்னொரு விசயம் நாம் விரும்பி படித்த நூல்களைப் போல நம்மால் ஒருநாளும் எழுத முடியாது. உதாரணமாய், நான் பால்யத்தில் மிகவும் ரசித்த, இன்றும் வியக்கிற தல்ஸ்தாயின் சுவடுகளை நான் பின்பற்றவே இயலாது. அவர்களிடம் இருந்த பெற்ற பாடங்கள் ஒரு வாசகனாய், விமர்சகனாய் பயன்படும். ஆனால் எழுத்தாளனாய் அவர்களை மறந்தால் மட்டுமே நீங்கள் எழுத முடியும். நான் அதிகமாய் படித்த காலத்தில் எதுவும் எழுதவில்லை. அல்லது உருப்படியாய் எழுத முடிந்ததில்லை.

வாசிப்பினால் வாழ்க்கைக்கு பயனில்லையா?

ஒருமுறை மனுஷ்யபுத்திரன் என்னிடம் சொன்னார் “இலக்கியம் வாழ்க்கை பற்றி கற்பிக்கும் பாடங்களை வைத்து வாழவே இயலாது. இலக்கியத்தின் அவதானிப்புகள் நடைமுறை வாழ்க்கைக்கு அப்பாலானவை.” “போரும் வாழ்வும்” நாவலில் நாம் வாழ்க்கையில் கண்ட, காணப் போகும் எல்லாவகை மனிதர்களின் பிரதிபிம்பங்களையும் காணலாம். அந்நாவலை ஒருமுறை வாசிப்பது மொத்த வாழ்வையும் ஒரு வாரத்தில் மொத்தமாய் வாழ்வதற்கு சமம். ஆனால் அதேநேரம் நடைமுறையில் வாழ்க்கை அந்நாவலை விட பலமடங்கு சிக்கல்களும் எதிர்பாரா தன்மைகளும் கொண்டது. அந்நாவல் தான் வாழ்க்கையின் கையளவு பிரதிபலிப்பா என்றால் ஆம் என்றும் இல்லை என்றும் பதிலளிப்பேன்

அப்படி என்றால் தல்ஸ்தாய் காட்டும் வாழ்க்கை தான் என்ன? அதனால் பயனில்லை என்றால் ஏன் படிக்கிறோம்?

தல்ஸ்தாய் காட்டும் உலகம் ஒரு பிரம்மாண்ட விரிவு கொண்ட சித்திரம். அது தன்னளவில் முழுமை கொண்டது. அதேநேரம் நிஜவாழ்வுடன் ஒப்பிடுகையில் முழுமையற்றது

நாம் இலக்கியம் தரும் ஒரு முழுமையற்ற ஆனால் ஆழமான சித்திரத்தை தரிசிக்கவும் உள்வாங்கவும் விரும்புகிறோம். அது

ஒரு மாற்று உலகம். புத்தகங்கள் வழி நடைமுறை நிஜத்துடன் சற்றும் தொடர்பில்லாத ஒரு ஆழமான மாற்று வாழ்வை வாழ ஏங்குகிறோம். மெல்ல மெல்ல ஒரு கட்டத்தில் அதுவே உண்மையான உலகம் என நம்பத் துவங்குகிறோம். அப்போது ஏன் வாசிக்கிறோம் என்ற கேள்விக்கே அர்த்தம் இல்லாமல் ஆகி விடும். ஏன் வாழ்கிறோம் என்பதற்கு விடை இருக்கிறதா என்ன? அது போலத் தான் ஏன் வாசிக்கிறோம் என்பது எனக் கூறுவேன்.

என்னைப் பொறுத்த வரையில் இந்த இரண்டு உலகங்களுக்கும் இடையில் மயக்கம் ஏற்பட்டு ஒன்று இன்னொன்று என நாம் நம்பத் துவங்கும் போது நாம் ஒரு கச்சிதமான வாசகனாகி விட்டோம் எனப் பொருள்.

அதனால் தான் ஒரு புத்தக உலகமே நிஜமான உலகம் என முழுக்க "குழம்பி" விட்ட வாசகன் ஒரு புத்தகம் "பைசா வசூல்" என கருதுவதில்லை. ஒரு ஏமாற்றமளிக்கும் நூலிலும் அவன் அடைய ஏதோ ஒன்று இருக்கும். அவன் நிறைய பக்கங்கள் படிக்க வேண்டும் என திட்டமிடுவதோ, படிப்பின் பயன் என்ன கேள்வி எழுப்புவதோ இல்லை. உலகமே குடிமுழுகி போனாலும் அவன் ஒரு மூலையில் இருந்து வாசித்தபடி இருப்பான்.

உண்மையிலே எனக்கு அப்படி ஒரு நண்பர் இருந்தார். 2006இல் சென்னையை மூழ்கடித்த வெள்ளம் நினைவிருக்கும். அப்போது நான் தினத்தந்தியின் மலர் எஸ்.எம்.எஸ் எனும் பிரிவில் வேலை செய்து கொண்டிருந்தேன். என்னுடைய அணி மேலாளர் ஒரு ரசிகர். பெயர் வெங்கட். அவர் வீட்டை முழுக்க வெள்ளம் சூழ்ந்து கொண்டது. சமையலறை சாமான்கள், குழந்தையின் புத்தகங்கள், துணிமணிகள், நாற்காலி, அலமாரி என கிடைத்தவற்றை எல்லாம் எடுத்து ஒரு நண்பர் வீட்டிற்கு சேர்த்து விட்டு இவர்கள் ஒரு அறையில் ஒடுங்கிக் கொண்டார்கள். ஊரெங்கும் மக்கள் பதறி ஓடுகிறார்கள். உணவில்லை, மின்சாரமில்லை, பாதுகாப்பில்லை, கையில் பணமில்லை. நகரத்தை விட்டு வெளியேற எந்த வழியும் இல்லை. குழந்தைக்கு பால்பொடியில்லை. அது அழுகிறது. வெங்கட்டின் வீட்டில் அளித்த ஓசி உணவை உண்டு விட்டு மனைவி தம் வீடு முழுக்க வெள்ளத்தால் அடித்து கொண்டு போயிருக்குமே என ஒப்பாரி வைக்கிறார். அவர்களது வாழ்க்கையின் மொத்த சொத்தும் அந்த வீடு தான். வெங்கட் எந்த பதற்றமும் இன்றி

ஒரு நாற்காலியில் சாய்ந்து கொண்டு ஒரு துப்பறியும் நாவலை படிக்க ஆரம்பித்திருக்கிறார். வெள்ளம் முழுக்க வடிந்து சென்னை மீளும் முன் அவர் அது போல் நான்கைந்து நாவல்களை வாசித்து முடித்திருந்தார். அதைப் பார்க்க பார்க்க அவர் மனைவிக்கு ஆத்திரம் பொங்கியபடி இருக்கிறது. ஆனால் அவரால் ஒன்றும் பண்ணமுடியவில்லை.

நாங்கள் மீண்டும் சந்தித்த போது என் சக ஊழியர்கள் சொற்களில் இருந்து வெள்ளத்தின் பீதிமுழுக்க வடியவில்லை. மரணத்தின் விஷநாவு அவர்களை வெகுஅருகில் தொட்டுப் போயிருக்கிறது. அவர்கள் பேசி பேசி தங்கள் அதிர்ச்சியையும் கலக்கத்தையும் ஆற்றிக் கொண்டார்கள். ஆனால் வெங்கட் என்னைப் பார்த்ததும் மகிழ்ச்சியாய் அணைத்துக் கொண்டார். வெள்ளம் அவர் வீட்டை சூழ்ந்து கொண்டதைப் பற்றிக் கேட்டேன். அதைப் பற்றி சுருக்கமாய் விவரித்து விட்டு சட்டென முகம் சுடர் விட கூறினார் "நீ ஆர்தர் ஹெய்லியின் "ஹோட்டல்" படிக்க வேண்டுமே? நான் இருபதாவது தடவையாய் அதை படித்தென். அதில் ஒரு ஐந்து நட்சத்திர ஹோட்டலில் பாத்திரம் அலம்பும் போது கழுவுத்தொட்டியின் ஓட்டை வழி மிகச்சின்ன ஸ்பூன்கள் தவறி கீழே சாக்கடைக்கு வந்து விடும். அத்தனையும் வெள்ளி சாமான்கள். அதனால் சாக்கடையில் இருந்து அவற்றை மீட்பதற்கு என்று ஒரு ஆளை நியமித்திருப்பார்கள். அந்த ஆள் ஓரிடத்தில் சொல்கிறான் "என்னால் இந்த ஹோட்டலுக்கு லட்சக்கணக்கில் லாபம் தெரியுமா?" உண்மையில் அந்த ஓட்டலின் மேலாளரை அவன் முக்கியமான பங்களிப்பை செய்கிறான் தான். ஹா ஹா இது எப்பிடி?"

நான் கேட்டேன் "சார் ஊரே தண்ணியில் மூழ்கி தவிக்கும் போது நீங்க மட்டும் ஒண்ணுமே நடக்காதது போல நாவல் படிக்கிறீங்களே? உங்களுக்கு கவலை இல்லையா? குடும்பம் பற்றி பயம் இல்லையா?"

அவர் முகவாயை லேசாய் தூக்கி ஜன்னலுக்கு வெளியே பார்த்தபடி சொன்னார் "அதனாலென்ன? இப்போது நிலைமை சீராகி விட்டது. வெள்ளம் வந்ததால் நம்ம வாழ்க்கை மாறிடுச்சா? எல்லாரும் பழைய வாழ்க்கைக்கு வந்திட்டோமே. எதுவுமே மாறாத போது அன்னிக்கு மட்டும் நான் ஏன் தலையில அடிச்சிட்டு அழுதுகிட்டு

இருக்கணும்? நான் அப்போ நிகரில்லாத மகிழ்ச்சியோட இருந்தேன். அது போதுமே”

வாழ்க்கையில் துக்கத்தையும் இழப்பையும் இப்படித் தான் கையாள வேண்டும் என எனக்கு அப்போது தோன்றியது.

வெங்கட்டை போன்றவர்களுக்கு புத்தகம் வாசிப்பதற்கு என ஒரு இடம், காலம், சூழல், மனநிம்மதி எதுவும் அவசியம் இல்லை.

ஏன் நமக்கெல்லாம் வாசிக்க நேரமில்லை?

வாசிக்க நேரமில்லை என ஏன் கூறுகிறார்கள்? எனக்கும் பல நாட்களில் வாசிக்க “நேரமிருப்பதில்லை”. ஆனால் அரட்டை அடிக்க, வேலை செய்ய, படம் பார்க்க நேரமிருக்கும். என்னுடைய சில நண்பர்களால் ஒரு ஐம்பது பக்க நாவலைக் கூட தொடர்ந்து படிக்க முடிவதில்லை. ஒரு அத்தியாயம் படித்து விட்டு களைத்து தூங்கி விடுவார்கள். வாசிப்புக்கான தொடர்ச்சி இங்கு தான் முக்கியமாகிறது.

நாவல் வாசிப்பில் என் அனுபவம் இப்படி. நான் ஆயிரம் பக்க நாவல் ஒன்றை படித்து முடித்தால் அடுத்து அதே போல மற்றொரு தலையணை நாவலுக்கு தயாராகி விடுவேன். முந்தின நாவலின் தொடர்ச்சியாகவே இதை பார்ப்பேன். இது ஒரு பருவம். ஆயிரக்கணக்கான பக்கங்களை சுலபத்தில் தாண்டி சென்று விடுவேன். பிறகு ஒரு இடைவேளை வரும். வேறு வகையான நூல்களை வாசிக்க துவங்குவேன். பெரிய நூல்களுக்கான பழக்கம் விட்டுப் போன பின் ஒரு புதிய ஆயிரம் பக்க நாவலுக்குள் நுழைவது சிரமமாக இருக்கும். நூறு பக்கம் படித்ததும் ஆர்வம் இழந்து விடுவேன். இந்த “ஆர்வம்” என்பது உண்மையில் அப்புத்தகத்தின் இயல்பு சம்மந்தமானது அல்ல. நீண்ட நேரம் தொடர்ந்து மொழியில் மூழ்கும் ”ஆர்வம்” இது. இந்த ”ஆர்வம்” தொற்றிக் கொண்டால் பிறகு சின்ன புத்தகங்களுக்குள் பயணிப்பது சிரமமாக இருக்கும். நிறைவு இருக்காது. பாதி பந்தியில் எழுந்தது போல் இருக்கும்.

இப்போது தமிழில் குறுநாவல்களுக்கு ஒரு மவுசு உள்ளது. இதை ஒரு பொழுதுபோக்கு வாசிப்பு மனநிலையாக மட்டும் நான் பார்க்கவில்லை. ஏனென்றால் கல்கி, சாண்டில்யன் ஆண்ட

காலத்தில் ஆயிரம் பக்க நாவல்களைக் கூட நம் வாசகர்கள் அநாயசமாக படித்து கடக்கவில்லையா? (இன்றும் இந்த வாசகர்கள் புத்தக கண்காட்சியில் "பொன்னியின் செல்வனை" வாங்கத் தவறுவதில்லை.)

ஆக, இது வெறும் நேரம் சம்மந்தப்பட்ட விசயம் இல்லை. பேஸ்புக், இணையம், சினிமா என வெகுஜன ஊடகங்களில் கூட எந்த கதையையும் / விவாதத்தையும் சுருக்கமாய் கூற வேண்டும் எனும் நிர்பந்தம் தோன்றி விட்டது. இன்றைய படங்களில் நீளமான காட்சிகளோ வசனங்களோ இல்லை. பார்வையாளர்களுக்கு உடனே அலுத்து விடுகிறது. காட்சிகளை நிறைய இடைவெட்டல்களுடன் திருப்பங்களுடன் அமைக்கிறார்கள். ரொம்ப சுவாரஸ்யமான படங்களைக் கூட முழுக்க அவர்கள் கவனிப்பதில்லை. இடையிடையே ஸ்மார்ட்போனில் அரட்டை அடித்தும் முகநூலில் போஸ்ட் செய்தபடியும் தான் படத்தையும் ரசிக்கிறார்கள். நான் சில வருடங்களுக்கு முன்பு எம்.ஜி.ஆரின் "ஆயிரத்தில் ஒருவன்" படத்தை சத்யம் திரையரங்கில் ஒரு மீள் திரையிடலின் போது பார்த்தேன். அப்பொது முற்றிலும் வேறொரு தலைமுறை பார்வையாளர்கள் இருந்தார்கள். அவர்களுக்கு காட்சி நறுக்கென, உடனுக்குடன் திருப்பம் கொண்டதாய் இருக்க வேண்டியதில்லை. அவர்களால் கொஞ்சம் ஜவ்வால் இழுக்கும் காட்சிகளை, நாடகீயமான தழுதழுப்புகளை ரசிக்க முடிந்தது. அவர்கள் வேறொரு "காலத்தில்" இருந்தார்கள். இன்னும் துல்லியமாய் சொல்வதானால் அவர்கள் காலத்தை வேறுவிதமாய் பார்க்க பழகி இருந்தார்கள்.

இன்றைய கவனச்சிதறல் கலாச்சாரம், அதன் துரித-ரசனை மனப்பான்மை முழுக்க பழக்கத்தின் வழி ஏற்பட்டு தான் என நம்புகிறேன். ஏனென்றால் நம்மை விட அதிக தொழில்நுட்ப, உலகமயமாக்கல் தாக்கம் கொண்ட மேற்கத்திய சமூகங்களில் ஐநூறு, ஆயிரம் பக்க நாவல்கள் பரவலாய் படிக்கப்படுகின்றன. அங்குள்ள பெஸ்ட் செல்லர்கள் சற்று உடல் வீங்கின நாவல்களே. இலக்கிய நாவலாசிரியர்களில் வெகுஜன பரப்பையும் ஊடுருவிய ஹருகி முராகாமி நாவல்களின் சராசரி நீளமே முன்னூற்று ஐம்பது பக்கங்கள் தாம். ஆங்கில இந்திய நாவல்களிலும் எனக்குத் தெரிந்து குறுநாவல்களே இல்லை. வணிக நாவல்களில் நூறு பக்கங்களில்

லகுவாய் சிக்கலற்ற கதைகளை கூறுவது வெற்றி பெறும் என நிரூபித்தவர் சேத்தன் பகத். ஒரு மசாலா தோசையும் காபிக்குமான பணம் இருந்தால் இவர் நாவல்களை வாங்கி விடலாம். இதனாலே இந்தியாவின் இளைய தலைமுறை இவரை கொண்டாடியது. சேத்தன் பகத் இந்தியாவின் சமகாலத் தலைமுறையின் மனப்பழக்கத்தை சரியாய் ஊகித்து உணர்ந்தவர் எனலாம். ஆனால் இதே சேதன் பகத் அமெரிக்க வாசகர்களுக்காய் எழுதினால் கூடுதலாய் இருநூறு பக்கங்கள் எழுதுவார் என உறுதியாய் கூறுவேன்.

வாசிப்புக்கான நேரமும் குறையவில்லை; ஆர்வமும் குன்றவில்லை. ஆனால் வேறொரு பழக்கம் ஏற்பட்டிருக்கிறது. இப்பழக்கம் வாசிப்பில் மட்டுமல்ல செய்தி வாசிப்பு, டிவி நிகழ்ச்சி தொகுப்பு, அன்றாட அரட்டை, சமூகமாக்கல் எங்கும் ஒரு துரித மனோபாவத்தை ஏற்படுத்தி இருக்கிறது. எல்லா பழக்கங்களையும் போல் இதுவும் ஒரு கட்டத்தில் அலுத்து விடும். எல்லாவற்றையும் நோக்கி “சீக்கிரம் சீக்கிரம்” என கோரும் நாம் “ஏன் இவ்வளவு சீக்கிரம் முடிந்து விட்டது?” என கேட்கும் காலம் வரும். “சீக்கிரமே” வரும்!

இதனால்... வாசிப்பை மக்களிடைய பரவலாக்க வாசிப்பின் அருமை பெருமைகளை விளக்கினாலோ, புத்தகங்களை அதிகம் புழக்கத்தில் வைத்திருந்தாலோ போதாது. வாசிப்பு உண்மையில் நடைமுறை வாழ்க்கைக்கு எந்த பயனும் அளிக்காத ஒரு பழக்கம். அந்த பழக்கத்தை பண்பாட்டின் ஒரு பகுதியாய் மக்களுக்கு ஏற்படுத்துவது தான் அதைக் காப்பாற்றும் ஒரே வழி.

வாசிப்புக்கு பழக்கம் எவ்வளவு முக்கியம்?

முதலில் மொழி மீதான ஆசைக்கு வருவோம்.

சமீபமாய் புத்தகங்கள் வாங்கப்படுவது அதிகரித்துள்ளது. ஆனால் வாசிப்பு குறைந்து கொண்டே போகிறது. இது ஏன் என விசாரிக்கும் முன் வாசகர்கள் எப்படியானவர்கள் என கேட்போம். என்னைப் பொறுத்து வாசகர்கள் மூன்று வகை.

ஒன்று, வாசிப்பை ஒரு பணியாய் ஏற்றுக் கொண்டவர்கள் இருக்கிறார்கள். அவர்கள் வாசிப்பதன்றி வேறு ஈடுபாடுகள் வைத்திருக்க மாட்டார்கள். இன்னொரு பக்கம், சிறு வயதில் இருந்தே வாசிப்பு பழக்கம் தொற்றிக் கொண்டவர்கள். இவர்களும் தொடர்ந்து அவ்வப்போது படித்துக் கொண்டே வருகிறார்கள். மூன்றாவதாய் வாசிப்பின் சுவை அறியாத, ஆனால் மொழித்துறைகளில் திறனும் அறிவும் படைத்தவர்கள். இவர்கள் சில நூல்களை படித்தும் இருப்பார்கள். ஆனால் தொடர்ந்து படிக்க மாட்டார்கள். வழக்கமான வேலை கெடுபிடிகள், பொருளாதார நிர்பந்தங்கள், உறவுச்சிக்கல்கள் இவர்களை கிடுக்கிப் பிடியில் வைத்திருக்கும். ஒரு புத்தகம் மேஜை மேல் இருந்தாலும் திறந்து படிக்க மாட்டார்கள். வாசிக்கும் திறன் இருக்கும் என்றாலும் இவர்களும் புத்தகக் காதல் குன்றிப் போயிருக்கும். இவர்களை நீங்கள் கல்வித்துறை, ஆய்வுத்துறை, சினிமாத் துறை என எங்கும் பார்க்கலாம். புத்தகங்கள் வாங்குவார்கள், நீங்கள் புத்தகங்களை அன்பளித்தாலும் மகிழ்ச்சியாய் வாங்கி வைப்பார்கள். ஆனால் ஒரு வரியை கூட வாசிக்க மாட்டார்கள்.

இந்த வகையினரை பார்க்கும் போது தான் எனக்கு வாசிப்புக்கு நேரம், வசதி, ஓய்வு, பொருளாதார ஸ்திரத்தன்மையை விட பழக்கம் அதிமுக்கியம் என பட்டது. அதாவது வாசிப்பது ஒருவரது இயல்பே அல்ல எனப் படுகிறது. சிறுவயதில் நிறைய வாசிக்கிறவர்கள் வளர்ந்த பின் முழுக்க புத்தகங்களை மறந்திடலாம். இளமையில்

வாசித்தவர்கள் மத்திய வயதில் புத்தகங்கள் மீது அலுப்பு கொள்ளலாம்.

வாசிப்பு ஒரு உள்தேவை கருதி நிகழ்வது என நான் முன்பு நம்பினேன். அதாவது ஒரு அகச்சிக்கல் தோன்றும் போது அதை கடந்திடவும் தீர்வு காணவும் நாம் புத்தகங்களை நாடுகிறோம் என நினைத்தேன். ஆனால் இப்போது அது புத்தகங்களின் தேர்வை மட்டுமே நிர்ணயிக்கிறது எனத் தோன்றுகிறது. ஆனால் அடிப்படையில் வாசிக்கும் உந்துதல் எந்த தர்க்க, காரண காரிய அடிப்படையும் அற்றது. சுவைக்காக வாசிக்கிறோம் எனும் வாதம் கூட சரியல்ல. ஏனென்றால் வாசிப்பை விட சுவையான சாத்தியங்கள் கையெட்டும் தொலைவில் இருக்கும் போது ஏன் உழைப்பையும் ஆற்றலையும் உணர்ச்சிகளின் தீவிரத்தையும் கோரும் வாசிப்பை நாம் தேர்ந்தெடுக்க வேண்டும்?

உண்மையில் வாசிப்புக்குள் நம்மை நீண்ட காலம் சிறை வைப்பது வேறொரு உளவியல்.

சொற்களுக்கு நம் மனதை மெல்ல மெல்ல தனக்கு ஏற்றபடி தகவமைக்கும் ஆற்றல் உண்டு. பேசிப் பேசியே மக்கள் மனப்போக்கை திசைதிருப்ப முடியும் என உலக வரலாற்றில் பெரும் மக்கள் தலைவர்கள் நிரூபித்திருக்கிறார்கள். தமிழ் தேசியம் என்பது மிகச்சிறந்த பேச்சாளர்கள் மற்றும் எழுத்தாளர்கள் இச்சமூகத்திடம் தொடர்ந்து உரையாடி நிகழ்த்திய ஒருவகை ஹிப்னாட்டிஸத்தின் விளைவு தானே. "தமிழ் எங்கள் மூச்சு" எனும் செண்டிமெண்ட் நம் நாட்டுப்புற வழக்காற்றில் இல்லை. அது நம் மதத்திலோ சாதிய தொன்மங்களிலோ இல்லை. திருக்குறளிலோ கம்ப ராமாயணத்திலோ நீங்கள் பாரதிதாசனின் மொழிக்காதலை காண இயலாது. அது முழுக்க முழுக்க கடந்த நூற்றாண்டில் சில ஆளுமைகள் மொழி வன்மை மூலம் நிகழ்த்திய ஒரு அபாரமான மாயம். தெலுங்கர்கள், கன்னடியர்கள், மலையாளிகள் என தமிழகத்தில் வசித்த மாற்றுமொழியினர் கூட "தமிழ் எங்கள் உயிருக்கு மேல்" என தம்மை மொழிப்பற்றுக்கு ஒப்புக்கொடுக்க தலைப்பட்டனர். சமீபத்தில் அமெரிக்க வாழ் தமிழ் மருத்துவர்கள் இருவர் ஹார்வெர்ட் பல்கலைக்கழகத்தில் சங்கத்தமிழுக்கு இருக்கை உருவாக்க 40 கோடிக்கு மேல் நிதி திரட்டி வருவது பற்றி செய்தி படித்தேன். தமிழ் தேசியம் காற்றில்

கரைந்து காணாமல் போய் விட்ட நிலையிலும் இரண்டு கடந்த தலைமுறையினர் தமிழ்ப் பற்றுக்காய் அந்நிய மண்ணில் நிதி திரட்டுகிறார்கள். தொழில் ரீதியாகவோ அன்றாட வாழ்விலோ தமிழ் அவர்களுக்கு மைய விசையாக இல்லை. ஆனால் பண்பாட்டு ரீதியாய் அவர்களுக்கு தம் அடையாளத்துடன் உள்ள ஒரே ஒட்டுதல் மொழிப்பற்று மட்டும் தான். அவர்களுக்கு நவீன தமிழ் வாசிப்பு இல்லை. ஆனால் தமிழகத்தில் இருந்து விடைபெற்று அந்நிய பூமிக்கு போகும் வேளையில் இங்குள்ள அரசியல் இயக்கங்கள் கொடையளித்த தமிழ் தேசியமும் மொழிப்பிரேமையும் இன்றும் அவர்களுக்குள் செயல்படுகிறது.

காட்சி ஊடகத்தில் தொடர்ந்து ஒரு காட்சியை ஒளிபரப்பி மக்கள் மனதை திசைதிருப்ப, வடிவமைக்க, கட்டுப்படுத்த முடியும். ஆனால் ஒரு மாற்றுக் காட்சியை ஒளிபரப்பி நேர் எதிராய் இதே மக்களை திருப்பவும் முடியும். சன் டிவியால் படுக்கையறை காட்சிகளை ஒளிபரப்பி நித்தியானந்தாவின் வளர்ச்சியை தடுக்க முடிந்ததே அன்றி அவரது பக்தர்களின் நம்பிக்கையை அழிக்க முடியவில்லையே. காட்சியின் ஆற்றல் இவ்விசயத்தில் தற்காலிகமானது. மொழியின் ஆற்றலோ நிரந்தரமானது. சிவப்பு எனும் வண்ணத்திற்கு ஆபத்து எனும் பொருள் உண்டு. சாலையில் சிவப்பு விளக்கெரிந்தால் உடனே வாகனத்திற்கு பிரேக் போட்டு நிற்கிறோம். ஆனால் மாலையின் மஞ்சள் ஒளியில் சிவப்பு சேலை அணிந்த பெண் ஒருத்தி தனியாய் நிற்பது பார்த்தால் அப்போது நமக்கு முழுக்க வேறொரு புரிதலை அவ்வண்ணம் அளிக்கிறது. ஆசையோடு மனம் அவளை திரும்பி பார்க்கிறது. சிவப்பாய் பளபளப்பாய் இருக்கும் ஆப்பிளைப் பார்த்தால் உங்களுக்கு கடிக்க தோன்றாது? எப்படி சிவப்பு முற்றிலும் முரணான அர்த்தங்களை நமக்குத் தருகிறது? மொழியிலும் முரண் உணர்வுகள் உண்டு என்றாலும் இவ்வளவு அப்பட்டமாய் இல்லை. அம்மா என்ற சொல் கேட்டால் பாசம், பாதுகாப்பு, நிம்மதி அன்றி கோபம், பயம், வெறுப்பு தோன்றுமா? இல்லை.

இதற்கு ஒரு காரணம் காட்சி பிம்பம் நமக்கு வெளியே செயல்படுகிறது. அது பலவிதமான முரணான அர்த்தங்களை ஒரே சமயம் தர இயலும். தாடி வைத்த இஸ்லாமியரை பார்த்தாலே தீவிரவாதி என நினைக்கும் ஒருவன் இருக்கிறான். அவனுக்கு

நாளடைவில் ஒரு இஸ்லாமிய நண்பர் வாய்க்கிறார். அவர் அவனுக்கு பல உதவிகள் செய்கிறார். மெல்ல மெல்ல இஸ்லாமியர் குறித்த எதிர்மறை பிம்பம் அவனுக்குள் மாறுகிறது. அவர்களும் அன்பானவர்களே, அமைதியானவர்களே என உணர்கிறான். நீண்ட நாட்களுக்கு பிறகு இன்னொரு ஊருக்கு போகிறான். அங்கு தனியாய் அவன் இருக்கையில் நிறைய இஸ்லாமியர்களை காண்கிறான். அவனுக்குள் அப்போது அச்சமும் வெறுப்பும் தோன்றுமா அன்பும் மகிழ்ச்சியும் பொங்குமா? இரண்டுமே ஏற்படலாம். தனக்கு பரிச்சயமுள்ள இஸ்லாமியரை நேசிக்கிறவனாகவும் பரிச்சயமற்றவர்களை வெறுக்கிறவனாகவும் அவன் இப்போது இருப்பான். ஏனென்றால் *islamophobia* எனும் இனவெறுப்பு அவனுக்குள் மொழி ரீதியாய் வடிவம் பெற்றிருக்கிறது. ஆனால் மாறாக இளமையில் அவன் மொழி வழியாய் இஸ்லாமியருக்கு ஆதரவான ஒரு நம்பிக்கையை, தர்க்கத்தை பெற்றிருந்தால் அவன் அல்கொய்தாவினர் மத்தியில் வாழ நேர்ந்தாலும் இஸ்லாமிய வெறுப்பை முழுக்க கொள்ள மாட்டான்.

இதனால் தான் நம் கல்வி அமைப்பில் மொழியே பிரதான பயிற்சி மார்க்கமாய் இன்றும் இருக்கிறது. மீண்டும் மீண்டும் சில சொற்களை உருப்போடும் போது நம் மொத்த ஆளுமையும் வாழ்க்கைப் பார்வையும் தகவமைகிறது. இதனால் தான் தமிழகத்தில் நீண்ட காலம் வாழும் ஒரு வேற்று மொழி ஆள் கூட இங்குள்ள பண்பாட்டு விழுமியங்களை தனதாக்கிக் கொள்கிறார். இத்தாலியை சேர்ந்த கான்ஸ்டண்டைன் ஜோசப் எனும் வீரமாமுனிவர் தமிழகத்தில் வந்து தமிழை நேசித்து 23 நூல்களை தமிழில் எழுத நேர்ந்தது இதனால் தான். அவர் முதலில் தன் பெயரை தைரிய நாதன் என வைத்துக் கொள்கிறார். பிறகு அது வடமொழிப் பெயர் என உணர்ந்து வீரமாமுனிவர் என மாற்றிக் கொள்கிறார். அவர் பின்னணி ஐரோப்பா தானே, அவர் ரத்தம் இந்தியருடையது இல்லையே? பிறகு எப்படி மொழியில் மட்டும் அவர் தமிழ் தூய்மையை பின்பற்ற முடியும் என நம்பினார்? இங்கு தான் மொழியின் மாயம் செயல்படுகிறது. அது உங்கள் அடையாளத்தை முழுக்க மாற்றுகிறது. இங்கு செயல்பட்ட தமிழ் தூய்மைவாதத்தில் தன்னையும் இணைத்துக் கொள்ள அது அவரைத் தூண்டுகிறது. மதத்தை பரப்ப வந்த அவர் பழைய ஓலைச்சுவடிகளை தேடி சேகரிக்க துவங்குகிறார். இலக்கண, இலக்கியம் கற்று இலக்கிய

பேருரைகள் நிகழ்த்துகிறார். தமிழின் முதல் அகராதியை உருவாக்குகிறார். இந்து பக்தி இலக்கியமான தேவாரத்தை ஐரோப்பிய மொழியில் மாற்றுகிறார். சமண இலக்கியமான திருக்குறளையும் லத்தீனுக்கு மொழியாக்குகிறார். இதுவே ஒரு கிறித்துவ துறவிக்கு முரண் செயல் அல்லவா? கிறித்துவத்தை பரப்ப இங்கு வரும் ஒரு துறவி தன் மொழிக்காதலால் தன்னையறியாது மாற்று மதத்தை பரப்பும் பணியை செய்கிறார். தன் உணர்வுக்கு ஏற்ப தமிழர்களை மாற்றாமல் இங்குள்ள உணர்வுக்கு தன்னை வடிவமைக்கிறார்.

ஒருவேளை ஒரு தமிழர் இத்தாலிக்கு சென்று நீண்ட காலம் வாழ்ந்து லத்தீன் மொழி மீது பெரும் விருப்பம் கொண்டு அதனைக் கற்று, எழுதியிருந்தால் அவர் தன்னை அறியாமல் இத்தாலிய பண்பாட்டின் பகுதியாக மாறி இருப்பார். மொழிக்கு இப்படி மனிதனை ஒரு மலைப்பாம்பு போல் விழுங்கும் ஆற்றல் உண்டு.

மீண்டும் வாசிப்பு பழக்கத்துக்கு வருவோம். நிறைய புத்தகங்க்ளும் ஓய்வும் உள்ள சூழலில் கூட வாசிப்பு நிகழ வேண்டிய அவசியம் இல்லை. இதை நான் படித்த, பணிபுரிந்த கல்லூரிகளில் நேரில் கண்டிருக்கிறேன். புத்தகங்கள் ஒரு புறம் குவிந்து கிடக்க மாணவர்கள் வெற்று அரட்டையில் பொழுதை கழிப்பார்கள். நூலகத்தில் படுத்து உறங்குவார்கள். மாற்றாக நான் முன்பு ஒரு ரயில் பயணத்தில் சந்தித்த ஒரு மீனவர் தான் மீன்பிடிக்கு செல்லும் போது படகில் "ஒரு புளிய மரத்தின் கதை" போன்ற நவீன தமிழ் இலக்கிய நூல்களை படித்ததாய் என்னிடம் கூறினார்.

வாசிப்பு அடிப்படையில் ஒரு போதை. சிகரெட் போதைக்கு எப்படி ஒரு இளைஞன் பழகுகிறான்? அவன் தனக்கு விருப்பமான ஆளுமைகள் புகைப்பதை காண்கிறான். தன் நண்பர்கள் புகைக்கும் போது அவர்கள் நடுவே இருக்கிறான். அவர்களை அவனை புகைக்க அடிக்கடி தூண்டுகிறார்கள். அவன் முயன்று பார்க்கிறான். ஆரம்பத்தில் இருமுகிறான். பிறகு மெல்ல மெல்ல சிரமப்பட்டு பழக்கிக் கொள்கிறான். ஒரு கட்டத்தில் தனிமையில் கூட அவனால் சிகரெட் இல்லாமல் நிதானமாய் இருக்க முடியாதபடி அப்பழக்கம் அவனை தொற்றிக் கொள்கிறது. நமது அடுத்த தலைமுறையை நாம் வாசிப்புக்கும் இப்படித் தான் பழக்க வேண்டும். அவர்களுடன் புத்தகங்கள் பற்றி தொடர்ந்து உரையாட வேண்டும். வாசிக்க

தூண்ட வேண்டும். முக்கியமாய் அவர்களை சுற்றி வாசிக்கிறவர்கள் நிறைய இருக்க வேண்டும். மெல்ல மெல்ல சொற்கள் அவனை சூழ்ந்து கொள்ளும். அவை அவனிடம் பேசத் துவங்கும். ஒரு மந்திரவாதி போல் உச்சாடனைகளால் அவனை மயங்க வைக்கும். பிறகு அவன் அதில் இருந்து தப்பிக்கவே முடியாது.

என்னை முதலில் மொழியை நோக்கி ஈர்த்தது புத்தகங்கள் அல்ல. என் அப்பா என்னிடம் அண்ணா, கலைஞர் குறித்த சொன்ன கதைகள், அவர்களின் வாக்கியங்கள், நான் கேட்டு வளர்ந்த பழைய சினிமா பாடல்கள், அப்பா தான் நூலகத்தில் வாசித்த அனுபவங்களை என்னிடம் சிலாகித்து பகிர்ந்து கொண்ட நிமிடங்கள். எனக்கு பதினைந்து வயது இருக்கும் போது என் அப்பா திடீரென ஒரு தீவிர ரஜினி ரசிகர் ஆனார். எனக்கு அது அதிர்ச்சியாய் இருந்தது. நான் அப்போது அப்பாவிடம் இருந்து மெல்ல மெல்ல விலகத் துவங்கிய கட்டம். அதனால் நான் அவரால் பாதிப்புக்கு உள்ளாகவில்லை. எட்டு வருடங்களுக்கு முன்பு ரஜினி பக்தி என் அப்பாவை ஆட்கொண்டிருந்தால் நான் நிச்சயம் மொழி மீது இப்படி இன்றுள்ளபடி பித்து கொண்டிருக்க மாட்டேன்.

எனக்கு பதினைந்து வயது பிறகும் தொடர்ந்து புத்தகங்கள் குறித்து ஒருவித இச்சையுடன் உரையாடுவதற்கு நண்பர்கள் கிடைத்தார்கள். சாதிக் எனும் ஒரு நண்பர் இருந்தார் (எழுத்தாளர் முஜீப் ரஹ்மானின் சகோதரர்). அவர் என்னைப் பார்ப்பதற்காய் தக்கலையில் இருந்து வாராவாரம் பசுவய்யா, நகுலன் கவிதை நூல்களுடன் வருவார். அவர் என்னை நவீன இலக்கியம் நோக்கி திருப்பினார். அதற்கு பிறகு தக்கலையில் ஹமீம் முஸ்தபா ஒரு புத்தகக் கடை ஆரம்பித்தார். அதுவரை நாகர்கோயிலில் மட்டுமே கலை இலக்கிய பெருமன்ற கூட்டங்கள் நடந்தன. இப்போது தக்கலையிலும் நடக்க துவங்கின. அக்கடை எங்கள் ஊர் எழுத்தாளர்கள் ஒன்று கூடும் இடமாய் மாறியது. அங்கு தான் நான் ஜெயமோகனிடம் முதலில் ஒரு இலக்கிய சர்ச்சையில் ஈடுபட்டேன். நான் அவரை முதலில் சந்தித்த போது அவர் புத்தகக் கடையை பார்க்க வந்திருந்தார். முஸ்தபா என்னிடம் வந்து "அவர் தான் ஜெயமோகன். அவரது "ரப்பர்" முக்கியமான நாவல்" என்றார். நான் ஜெயமோகனை நெருங்கி கவனித்தேன். அவர் ஒரு நண்பருடன் பக்தி இலக்கியத்தின் சிறப்புகள் குறித்து விவாதித்துக் கொண்டிருந்தார். எனக்கு இருந்த

முற்போக்கு மனம் சிலிர்த்துக் கொண்டது. அவரிடம் சென்று பக்தி இலக்கியம் அபத்தமானது என உரையாடினேன். அவர் எனக்கு சுருக்கமாய் பதிலளித்து விட்டு கிளம்பினார். பிறகு நான் அவரது "ரப்பர்" படித்து வியந்தேன். அவரை தேடி சென்று தொடர்ந்து உரையாடினேன். தக்கலையில் முஸ்தபாவின் கடையில் நான் நட.சிவகுமார், என்.டி ராஜ்குமார், பொன்னீலன் போன்ற பல முக்கிய எழுத்தாளர்களை சந்தித்தேன். சொக்கலிங்கம், அனந்து போன்ற அறிவுஜீவிகளை பரிச்சயம் செய்து கொண்டேன். இன்னொரு புறம் நாகர்கோயிலில் காலச்சுவடு அலுவலகம் சென்று சு.ராவிடம் பேசினேன். அங்கு மனுஷ்யபுத்திரனை சந்தித்தேன். இரண்டே வருடங்களில் எத்தனை இலக்கிய ஆளுமைகளை சந்தித்து பேசும் வாய்ப்பு கிடைத்தது என நினைத்தால் இப்போது வியப்பு ஏற்படுகிறது. கல்லூரியில் நான் இலக்கியம் படித்ததால் அங்கும் முழுக்க இலக்கியம் பற்றின பேச்சு தான். நான் புத்தகங்கள் வாசித்ததை விட புத்தகங்களை சிலாகிக்கும் உரையாடல்களின் பகுதியாய் இருந்ததே அதிகம். புத்தகங்களின் அணுக்கம் அல்ல புத்தகங்கள் குறித்த நண்பர்களின் "மொழி" தான் என்னை வாசகனாகவும் எழுத்தாளனாகவும் மாற்றியது.

இப்படி இலக்கிய காமப் பேச்சுக்கள் அலையடிக்காத ஒரு சூழலில் இருந்து வரும் ஒருவர் வாசகராக முடியுமா?

சாத்தியமே இல்லை எனப் படுகிறது. "புதுவெள்ளை மழை இங்கு பொழிகிறது" பாடலில் வைரமுத்து ஒரு வரி எழுதியிருப்பார்: "பெண் இல்லாத ஊரிலே கொடிதான் பூ பூப்பதில்லை." அதே போல புத்தகங்கள் குறித்து சிலாகிக்கும் சொற்கள் இல்லாத ஊரில் புத்தகங்கள் எழுதப்படவோ படிக்கப்படவோ இயலாது.

புத்தகங்களை நாம் முதலில் நண்பர்களுடனான உரையாடல்களில், நம் மனதுக்குள் அரும்பும் மொழிக்குள் வைத்து புணர்கிறோம். அந்த புணர்ச்சியில் இருந்துதான் எழுதும், வாசிக்கும் ஆசையே தோன்றுகிறது. அந்த ஆசையில் இருந்து புத்தகங்கள் பிறக்கின்றன.

ஆசை குறித்த ஆசையே "ஆசையை" தோற்றுவிக்கிறது. பூவை விடுங்கள். ஒரு கற்பனை: ஆண்களே இல்லாத ஊரில் நிறைய பெண்களும் ஒரே ஒரு ஆணும் வசிக்கிறார்கள். ஆண்களின் தடம் மொழியிலோ பண்பாட்டிலோ பதியாத ஊர் அது. அங்கு

பெண்ணின் மொழி மட்டுமே உள்ளது. அந்த ஆணும் பெண் மொழியைத் தான் பேசுகிறான். அச்சூழலில் அங்கு வசிக்கும் ஒரே ஒரு ஆணுக்கு அப்பெண்கள் மீது காதல் தோன்றுமா? நிச்சயம் இருக்காது. ஏனென்றால் பெண் மீதான விருப்பத்தை, அவளது அழகை தோற்றுவிப்பதே ஆண்களின் மொழி தான். ஆண் மொழி இல்லாத ஊரில் ஒரு புது ஆணால் எதையும் கற்பனை செய்ய இயலாது. அவனுக்கு ஒரு பெண்ணைப் பார்க்க பூக்கள் கொத்து கொத்தாய் தொங்கும் ஒரு மரத்தை பார்ப்பது போல் இருக்கும். அவனால் நின்று ரசிக்க முடியாது. அவனது காமம் கூட எந்திரத்தனமாகவே இருக்கும்.

மொழி குறித்த காதல் முதலில் தோன்றுகிறது. பிறகு அக்காதலுக்கு உரித்த மொழி தோன்றுகிறது. வாசிப்பும் எழுத்தும் அம்மொழி தோன்றுவதற்கான கருவிகள். சரி அந்த முதல் காதல் எப்படி தோன்றுகிறது என நீங்கள் கேட்கலாம். அது மொழி மீதான ஒரு ஆதிக்காதலில் இருந்து தோன்றியிருக்கலாம்.

வாசிப்பு ஒருவகை போதையா?

போன வாரம் இங்கே (பெங்களூரில்) ஒரு கூட்டம் நடந்தது. இணைய (போர்னோகிரபி, சமூக வலைதளங்களின்) போதை பற்றி ஒருவர் விரிவாக பேசினார். ஏற்கனவே நாம் கேள்விப்பட்டது தான். இணையம் நமது நரம்பணுக்களின் சர்க்யூட்டை மாற்றி அமைக்கிறது. உடனடி கிளர்ச்சிக்காய் மனம் ஏங்கத் துவங்குகிறது. எதையும் ஊன்றி பொறுமையாய் கவனிக்க முடியாமல் மனம் சிதறுகிறது, தத்தளிக்கிறது, அலைபாய்கிறது. இது தான் இணைய போதை. இது நம்மில் கணிசமானோருக்கு மிதமான அளவில் உண்டு. நான் ரெண்டாயிரத்தின் துவக்கத்தில் சென்னைக்கு படிக்க வந்த போது ஜெயமோகன் என்னிடம் இணைய போதை பற்றி எச்சரித்தார். அப்போதெல்லாம் ஸ்மார்ட் போன்கள் இல்லை. கணினி மையங்களுக்கு போய் காளைவண்டி போல் ஓடும் இணையத்தை மேய வேண்டும். ஆனால் அப்போதே தினமும் மணிக்கணக்காய் இணையத்தில் மூழ்கி படிப்பை தொலைத்த ஒரு இளைஞரைப் பற்றி ஜெயமோகன் என்னிடம் கூறினார். நான் சென்னை வந்த பின் யாஹூ அரட்டை, திண்ணை இணையதளம் என தினமும் சில மணிநேரங்கள் கணினி மையத்தில் செலவழிக்க துவங்கினேன். இணைய போதை என்றால் என்ன என நான் உணர ஆரம்பித்த கட்டம் அது. என் நண்பர் ஒருவர் தினமும் சாப்பாட்டுக்கு வைத்திருக்கும் பணத்தில் பாதியை கணினி மையத்தில் செலவழித்து விடுவார். காலை உணவு இல்லை. சிலநாட்கள் இரவு மட்டுமே சாப்பிடுவார்.

ஆனால் இன்று இந்த மாதிரி சில மணிநேரங்களை இணையத்தில் செலவழிப்பது இயல்பாகி விட்டது. நாள் முழுக்க இணையத்திலே இருப்பது, அதனால் அன்றாட வாழ்க்கை பாதிக்கப்படுவது தான் இன்று இயல்பற்றதாய் கருதப்படுகிறது.

மேற்சொன்ன கூட்டத்தில் பார்வையாளர் விவாதத்தின் போது ஒரு நண்பர் கோபத்துடன் எதிர்கருத்துக்கள் தெரிவித்தார்: “எது

தாங்க போதை இல்லை? புத்தகம் வாசிப்பது மட்டும் போதை இல்லையா? ஏன் இணையத்தை மட்டும் பழிக்கிறீங்க?" உடனே அவருக்கு மறுப்பு தெரிவித்தவர்கள் "இல்லை இல்லை புத்தக வாசிப்பு நம் மூளையில், நடவடிக்கைகளில் மாற்றங்கள் உண்டு பண்ணுவதில்லை. அதனால் அது போதை அல்ல" என்றார்கள். எனக்கு அந்நண்பரின் தரப்பில் ஒரு நியாயம் உள்ளது எனத் தோன்றியது.

நாம் புத்தக வாசிப்பு சிரமம் என்பதாலே அதில் போதை இருக்க முடியாது என எளிய முடிவுக்கு வருகிறோம். ஆனால் புத்தக அடிமைகளை நான் பார்த்திருக்கிறேன். மிதமிஞ்சிய வாசிப்பினால் எழுத முடியாமல் போனவர்கள், வேலையில் ஈடுபட முடியாதவர்கள், சமூகத் தொடர்புகள் அற்றவர்களை எனக்குத் தெரியும்.

மனிதனுக்கு திரும்பத் திரும்ப செய்யும் எதுவும் போதை தான். நானே இதற்கு சிறந்த உதாரணம். நான் ஒருவரிடம் ஆர்வமாய் ரெண்டு நாள் பேசினால் அவரது அடிமையாகி விடுவேன். அவரே என் மனதை முழுக்க ஆக்கிரமிப்பார். அதே போல் எந்தவொரு திகைப்பூட்டும் அனுபவத்துக்கும் உடனடியாய் அடிமையாகி விடுவேன்.

இந்த விசயத்தை நான் கல்லூரி மாணவனாய் விடுதியில் தனிமையில் தங்கி இருந்த காலத்தில் தான் உணர்ந்தேன். பேசுவது, பழகுவது, சும்மா இருப்பது, தூங்குவது என ஒவ்வொன்றுமே புதைமணல் போல் நம்மை இழுத்துக் கொள்ளும் போதைகள். இந்த மாதிரி போதைகள் சாத்தியமில்லாமல் போகும் போது தான் மதுவும் கஞ்சாவும் நமக்குத் தேவையாகின்றன. வாசிப்பும் மேற்சொன்ன போதைகளில் ஒன்று. என்ன சற்று அதிகமான உழைப்பை கோரும் போதை அது!

இதை எனக்குத் தெளிவாய் புரிய வைத்தவர் எம்.ஸி.ஸியில் எனது ஆங்கிலப் பேராசிரியரான திரு. நிர்மல் செல்வமணி. நான் அப்போதெல்லாம் செறிவான வாசிப்பே ஒருவனை சிறந்த எழுத்தாளனாக்கும் என நம்பிக் கொண்டிருந்தேன் (இன்றும் அப்படி பலரும் நம்புகிறார்கள்). இது பற்றி சொன்ன போது நிர்மல் என்னிடம் கேட்டார் "ஒரு கால்பந்தாட்ட வீரன் எப்படி பயிற்சி செய்கிறான்?"

நான் சொன்னேன், "மைதானத்தில் போய் பந்தை உதைத்து"

அவர் சொன்னார், "அவன் ஏன் டிவியில் கால்பந்தாட்டம் பார்த்து பயிற்சி செய்யவில்லை? ஒரு எழுத்தாளன் ஆக விரும்புபவன் வாசித்தே அப்படி ஆக முடியும் என நம்புவது ஒரு கால்பந்தாட்ட வீரன் டீவி பார்த்து பயிற்சி செய்ய முடியும் என்பது போலத் தான்."

நான் அப்போது தான் வாசிப்பை குறைக்க வேண்டும் என முடிவெடுத்தேன். வாசிப்பு குறைந்ததும் நான் ஆக்கபூர்வமான ஆளாக மாறத் துவங்கினேன். இது உங்களுக்கு படிக்க விசித்திரமாக இருக்கலாம். ஆனால் இது உண்மை.

வாசிப்பு உங்களை ஒரு வாசகனாக நுண்ணுணர்வு கொண்டவனாக, நீண்ட நேரம் மனம் குவிக்க முடிகிறவனாக, வாசிப்பில் கற்பனை விரிக்கக் கூடியவனாக ஆக்கும். ஆனால் இந்த திறன்களை நீங்கள் வேறு வாழ்க்கைத் தளங்களில் எளிதில் கடத்திட முடியாது. அதாவது ஒரு நுட்பமான வாசகன் ஒரு நுட்பமான சிந்தனையாளனாக, நுட்பமான எழுத்தாளனாக, கற்பனை மிக்க காதலனாக, வேலையில் நீண்ட நேரம் மனம் குவிக்க முடிகிறவனாக இருக்க அவசியம் இல்லை. சைக்கிள் நன்றாக விடுகிற ஒருவர் அந்த அனுபவம் கொண்டு காரோட்ட முடியாதே! சிறந்த வாசகர்கள் சிறந்த சிந்தனையாளனாகவோ சிறந்த எழுத்தாளனாகவோ இருக்க முடியாதது இதனால் தான். சிந்திப்பதற்கும் எழுதுவதற்கும் முற்றிலும் வேறு வகையான பயிற்சி தேவைப்படுகிறது.

வாசிப்பு மற்றொரு செயலுக்கு ஊக்கமும் உத்வேகமும் அளிக்கலாம். என் முதல் நாவலை நான் எழுதிய காலத்தில் முராகாமியை வாசித்தது ஒரு சிலாக்கியமான மனநிலைக்குள் என்னை வைத்திருந்தது. எனக்கு இன்றும் நூலகத்தில் புத்தகங்கள் மத்தியில் இருந்து எழுதப்பிடிக்கும். கடந்த வாரம் இயக்குநர் ஸ்ரீகணேஷ் எங்கள் பல்கலைக்கு வந்திருந்த போது அவரிடம் இது பற்றி பேசிக் கொண்டிருந்தேன். தனது "எட்டு தோட்டாக்கள்" படத்தின் திரைக்கதையை எழுதும் போது எம்.எஸ் பாஸ்கரின் பாத்திரத்தை வடிவமைப்பதற்காய் மனுஷ்யபுத்திரனின் கவிதைகளை வாசித்து தன்னை உருவேற்றிக் கொண்டதாய் சொன்னார். இது போல் நிச்சயம் வாசிப்பு உதவும். ஆனால் வாசிப்பில் இருந்து கிடைக்கும் நுண்ணுணர்வை, அறிவை,

அனுபவத்தை மற்றொரு துறைக்கு கடத்த முடியும் என நான் நினைக்கவில்லை எனச் சொன்னேன். ஒரு சிறந்த இயக்குநர் நல்ல இலக்கிய வாசகராய் இருக்க அவசியமில்லை என்றேன். வேண்டுமென்றால் வாசிக்கலாம்; கட்டாயமில்லை.

வாசிப்பின் ஒரு பிரச்சனை அது செயலூக்கமற்ற நடவடிக்கை என்பது. அதாவது அதில் ரிஸ்க் அதிகம் இல்லை. அதற்காய் நீங்கள் உங்களை இழக்கவோ மாற்றிக் கொள்ளவோ தேவையில்லை. அதனாலே ஒரு கதை எழுதிக் கற்றுக் கொள்வது போல் கதையை படித்துக் கற்றுக் கொள்ள இயலாது. ஏனென்றால் வாசிப்பது மழையில் குடை பிடித்து பத்திரமாய் நடந்து செல்வது போன்ற நடவடிக்கை. ஒரு கதையை அல்லது கட்டுரையை எழுதும் போது உங்கள் குறைகளை, போதாமைகளை, குழப்பங்களை நீங்கள் உணர்வது போல் வாசிப்பில் எதிர்கொள்வதில்லை. வாசிப்பு உங்களை கொஞ்சம் சொகுசாக வைத்திருக்கிறது. அதனாலே அது போதையாகவும் மாறுகிறது.

இதற்கு ஒரு சிறந்த உதாரணம் தி.ஜாவின் “மோகமுள்” நாவலில் வருகிறது. அதில் பாபுவால் தனக்கு யமுனாவின் மீதுள்ள உக்கிரமான மோகத்தை, உன்மத்தமான இச்சையை நேரடியாய் எதிர்கொள்ள முடிவதில்லை. அவளை சந்தித்து அடுத்த சில நாட்கள் அவளைக் காணாமல் இருக்க முயல்கிறான். அதற்கு மாற்றாக, இசையில் மிகுந்த தீவிரத்துடன் ஈடுபடுகிறான். இசை அவனுக்கு சுயமைதுனம் போல் ஆகிறது. அவனது உடல் இச்சையின் தீவிரம் இசையின் வழி வடிகிறது. அதன் பின்னர் யமுனாவை விட்டு ஓடித் தப்பித்து நகரத்துக்கு வருகிறான். யமுனாவை பார்ப்பது நின்றதும் இசையும் அவனை விட்டு விலகுகிறது. இசையும் காமமும் இன்றி ஒரு வறட்டுத்தனமான பாபுவாக அவன் மாறுகிறான். அதன் பின்னர் எதேச்சையாய் மீண்டும் யமுனா அவன் வாழ்க்கையில் தோன்றுகிறாள். அவனைத் தேடி வருகிறாள். யமுனாவிடம் பழக ஆரம்பித்ததும் அவன் வாழ்க்கையில் மீண்டு இசை ஆர்வம் துளிர்க்கிறது. அவனது காமம் தூண்டப்பட்டதும் அது இசையில் மீண்டும் தளும்பி வழிகிறது. தினமும் லயித்துப் பாடுகிறான். பயிற்சி எடுக்கிறான். அவன் பாடுவதைக் கேட்டு சிலாகிக்கும் வித்வான் பாலூர் ராமு அவனுக்கு சபாக்களில் பாட வாய்ப்பு வாங்கித் தருவதாய் கூறுகிறார். அவன் பாட ஆரம்பித்தால் பெரிய

வித்தகனாய் பேரெடுப்பான் என்கிறார். ஆனால் பாபுவால் இசையில் இறங்கி நீராட முடியாது. ஜமுனாவுக்குள்ளும் அவனால் இறங்கி நீச்சலடிக்க முடியாது. அவளுடன் முதன்முதலாய் உடலுறவு கொண்ட பின் அந்த உக்கிரம் அவனை மீண்டும் அலைகழிக்கிறது. அவன் பாடகனாவதை தவிர்த்து இந்துஸ்தானி இசை கற்க வடக்கே போக முடிவெடுக்கிறான். பாபுவால் அப்படித் தான் முடியும். காமத்தில் இருந்து இசைக்கு, இசையில் இருந்து காமத்துக்கு அவன் அலைபாய்ந்தபடியே தான் இருப்பான். அது அவன் இயல்பு. அதனால் இதை "மோகமுள்" என்றார் தி.ஜா.

தீவிர வாசகர்களும் பாபுவை போலத் தான். "என்னால முடியல, இதுக்கு மேல முடியல. நெஞ்சு அடைக்குது" என்று ஓடிக் கொண்டே இருப்பார்கள். இது போதை இல்லையா என்ன?

வேகமாய் வாசிப்பது எப்படி?

நேற்று “எப்படி வாரம் ஒரு புத்தகம் படிப்பது?” என்றொரு ஆங்கிலக் கட்டுரை படித்தேன். எழுதினவர் புத்தகம் என்பது அபுனைவுகளையே. தான் ஒரு மெதுவான வாசகன் என்று கூறும் அவர் எப்படி கல்லூரியில் தன் பேராசிரியர் கூறிய அறிவுரை அவரது வாசிப்பை பன்மடங்காக்க பெருக்க உதவியது என விளக்குக்கிறார்.

ஒருமுறை அவர் வகுப்பில் தன் வரலாற்று பேராசிரியரிடம் பாடத்திற்கான துணை நூல்களை வாசித்து முடிப்பதற்கு தான் திணறுவதாய் கூறுகிறார். பேராசிரியர் உடனே வகுப்பை பார்த்து “எத்தனை பேருக்கு இந்த பிரச்சனை?” எனக் கேட்கிறார். கிட்டத்தட்ட அத்தனை பேரும் கையை தூக்குகிறார்கள். அடுத்து அவர் அபுனைவு நூல்களை எப்படி படிக்கலாம், எப்படி படிக்க கூடாது என விளக்குகிறார். அவர் கூறும் வழிமுறைகள் ஏற்கனவே நாம் அறிந்த *scanning, skimming* போன்றவை தான். ஸ்கானிங் என்றால் ”எந்திரன்” படத்தில் ரோபோ ரஜினி புத்தகம் படிப்பது போல் சர்ரென வாசிப்பது. ஒரு கட்டுரையை மேலும் கீழுமாய் நாலு வாக்கியங்கள் வாசித்தால் அது எதைப் பற்றி என புரிந்து விடும். ஸ்கிம்மிங் அதை விட கொஞ்சம் பொறுமையாய் ஒரு கட்டுரை அல்லது நூலின் முக்கியமான பகுதிகளை மட்டும் ஆடு புல்லை மேய்வது போல் படிப்பது.

நான் பொதுவாய் இலக்கிய பத்திரிகை கட்டுரைகள், நாளிதழ் நடுப்பக்க கட்டுரைகளை இறுதிப் பத்தியில் இருந்து தான் வாசிக்க துவங்குவேன். பெரும்பாலான கட்டுரையாளர்கள் சொல்ல வந்ததை இறுதிப் பத்தியில் தான் சொல்வார்கள். அது பிடித்திருந்தால் கீழிருந்து மேலாக ஒவ்வொரு பத்தியாக படித்து வருவேன். விவரணைக் கட்டுரைகள் உண்டு. உதாரணமாய், “நான் 1989இல் தில்லியில் காலை ஒன்பது மணிக்கு ராஜீவ் காந்தியை அவரது பங்களாவில் சந்திக்க காத்திருந்த போது...” என ஒரு கட்டுரை ஆரம்பித்தால் அதை சத்தியமாய் பாதியில் இருந்து தான்

படிப்பேன். ஏனென்றால் அப்போது தான் ராஜீவ் கட்டுரைக்குள் நுழையவே செய்வார். வெகுஜன மீடியாவில் பொதுவாக முக்கியமான கருத்துக்களை ஹைலைட் செய்து கட்டுரை நடுவில் காட்டுவார்கள். இப்போது இலக்கிய பத்திரிகைகளிலும் அந்த பாணியை பின்பற்றுகிறார்கள். அந்த வாக்கியங்களை நம்பக் கூடாது. அவை பெரும்பாலும் தவறான புரிதலைத் தான் தரும்.

புத்தகத்தை எடுத்தவுடன் அதன் பின்னட்டையை படிப்பது, அத்தியாயத் தலைப்புகள் கொண்ட உள்ளடக்கம் பக்கத்தை பார்வையிடுவது சில நொடிகளில் அதைப் பற்றி ஒரு பார்வையை கொடுக்கும் என்கிறார் கட்டுரையாளர். அதாவது உங்களிடம் பத்து புத்தகங்கள் உள்ளன. அத்தனையையும் படிக்க நேரமில்லை என்றால் இவை இரண்டையும் பார்த்தால் அதன் அடிப்படை ஓரளவு புரியும். இதற்கு அடுத்த கட்டமாய் முன்னுரைகளை படிக்கலாம் என்கிறார். ஆனால் இது கொஞ்சம் ஆபத்தான வேலை. சில புத்தகங்களில் முன்னுரையே நாற்பது ஐம்பது பக்கங்கள் இருக்கும், புத்தகத்தை விட சிரமமாக கூட முன்னுரைகள் அமைவதுண்டு.

ஒரு புத்தகத்தை பற்றின மதிப்புரைகளை படிப்பது அதைப் பற்றி சுருக்கமாய் பிறர் என்ன நினைக்கிறார்கள் என அறிய உதவும். ஒரு வருடம் முக்கியமான ஐநூறு புத்தகங்கள் வருகின்றன என்றால் அத்தனையையும் படிக்க முடியாமல் போகலாம். ஆனால் அவற்றில் 400 புத்தகங்களை பற்றியாவது பொதுவாக சுருக்கமாய் அறிந்து வைத்திருப்பது ஒரு வரலாற்று பார்வை தரும், வேறு நூல்களை வாசிக்கையில் அவற்றை எந்த இடத்தில் பொருத்துவது என தெரிய வரும், நண்பர்களுடனான உரையாடல்களில் உதவும்.

இவையெல்லாம் பொதுவாய் நாம் அறிந்த உத்திகளே. ஆனால் பேராசிரியர் புதிதாய் ஒன்று சொல்கிறார். வாசிப்பு மெத்தனமாவதற்கு காரணம் நாம் கட்டுரை நூல்களை ஒரு நாவலை போல் முழுமையாய் அணு அணுவாய் படிக்க நினைப்பதனால் தான் என்கிறார். இது எனக்கு சட்டென ஒரு வெளிச்சத்தை தந்தது. நாவலை அல்லது ஒரு கதையை அதில் முழுக்க மூழ்கி வாசிக்க வேண்டும். இதை *immersive* வாசிப்பு என்கிறார்கள். நீருக்குள் மூழ்கி இருப்பது போல் புனைவுக்குள் மூழ்கி விட வேண்டும்.

இலக்கிய வாசகர்கள் சிறு வயது முதலே இப்படித் தான் பழக்கப்படுகிறார்கள். பயிற்றுவிக்கப்படுகிறார்கள். விளைவாக

ஒரு கட்டுரை நூலை படிக்கையில் அதன் ஒவ்வொரு தகவலையும் விவரணையும் வாதத்தையும் உள்வாங்கி அதில் மூழ்கி வாசிக்க முனைகிறார்கள். ஆனால் அதன் மூலம் நாம் ஒரு நாவலின் அனுபவத்தையும் பெற முடியாது. அந்நூலும் அந்தளவுக்கு ஆழமான அனுபவமோ பக்கத்துக்கு பக்கம் ஞானம் கொப்புளிக்கிறதாக இருக்காது. விளைவாக அவர்கள் மெத்தனமான வாசகர்கள் ஆகிறார்கள்.

நான் மெதுவாக வாசிக்கிறவன். வேகமாய் வாசிப்பது எப்படி என ஒருமுறை ஜெயமோகனிடம் கேட்டேன். அவர் இரண்டு விசயங்களை சொன்னார். ஒன்று வழக்கம் போல் இடமிருந்து வலமாய் பார்வையை பக்கத்தில் ஓட விடாமல் மேலே-கீழே, கீழே-மேலே என ஓட்டி வாசிப்பது. இன்னொன்று சொற்களின் அர்த்தத்தை பற்றி கவலைப்படாது நூலில் மூழ்கிப் போய் வாசிப்பது. இதற்கு நிறைய கற்பனையும் உணர்வுவேகமும் போதும்.

மேற்சொன்ன உத்திகளை நான் நாவல் வாசிப்புக்கு கூட பயன்படுத்தினது உண்டு. குறிப்பாய் மோசமாய் எழுதப்பட்ட நாவல்களை அங்குலம் அங்குலமாய் வாசிக்க தேவையில்லை எனத் தோறும் போது வேகமாய் அதன் முக்கிய பத்திகளை மட்டும் வாசித்து விட்டு சென்று விடுவேன். ஒருமுறை 350 பக்க தமிழ் நாவல் ஒன்றை இம்முறையில் 6 மணிநேரத்தில் வாசித்து விட்டேன். அதை பொறுமையாக மூன்று நாட்களாய் வாசித்திருந்தால் நேரம் வீணாகி இருக்கும் என முடித்த உடன் தோன்றியது. கல்லூரியில் படிக்கும் போது டி.எச் லாரன்ஸின் "ரெயின்போ" நாவலை இது போல் வாசிக்க முயன்றேன். ஒவ்வொரு பக்கத்திலும் உணர்ச்சிகரமான நாடகியமான இடங்களில் மட்டும் பார்வையை பதித்து மிச்சத்தை ஊகித்தபடி நகர்ந்தேன். முழுக்க என்னை மறந்து ஆழ்ந்து வாசிக்க முடிந்தேன். ஒரு மணிநேரத்தில் 100 பக்கங்கள் படித்தேன். ஆனால் அதன் பிறகு என்னால் அது போல் வாசிக்க முடிந்ததில்லை.

இப்படித் தான் வாசிக்க வேண்டும் என்றில்லை. இவை வாசிப்பின் பல்வேறு சாத்தியங்கள் என நினைத்துக் கொள்ள வேண்டும்.

நம்மையே அறியாமல் பேஸ்புக் 'ஸ்கேனிங் 'உத்தியை நமக்கு பயிற்றுவித்துள்ளது என நினைக்கிறேன். வேகமாய் ஒரு பதிவின்

சில வரிகளை மட்டும் அங்கங்கே வாசிக்க, அதன் படம், அதில் வருகிற பரபரப்பான கமெண்டுகள் ஆகியவற்றை மேய்ந்து விட்டு அதைப் பற்றி ஒரு முடிவுக்கு வருகிற வழக்கம் நமக்கு ஏற்பட்டு விட்டது. நீங்கள் பேஸ்புக் பதிவை படிக்கிற பாணியை தான் நான் ஒருவிதத்தில் மேலே அபுனைவு புத்தகங்கள் படிப்பதற்கான வழிமுறையாக விளக்கி இருக்கிறேன். பேஸ்புக்கில் பழகியவர்கள் பெரியகட்டுரைகளைவாசிக்கமுடியாதுஎனநான்நினைக்கவில்லை மாறாக மற்றவர்களை விட வேகமாய் அவர்களால் படிக்க முடியும். ஒருவேளை ஆழமாய் படிக்க முடியாமல் போகலாம் என்றாலும்.

கழிப்பறையில் ஏன் புத்தகம் வாசிக்கிறோம்?

2009இல் ரோன் ஷோல் எனும் மருத்துவர் 499 இஸ்ரேலிய ஆண்களிடமும் பெண்களிடமும் பாத்ரூமில் வாசிப்பதைப் பற்றி ஓர் ஆய்வை நடத்தினார். 64% ஆண்களும் 41% பெண்களும் பாத்ரூமில் வாசிப்பதை ஒப்புக்கொண்டனர். பாத்ரூமில் வாசிப்பது மனதை ஆசுவாசப்படுத்தி லகுவாய் மலம் கழிக்க உதவுவதாகவும், இது ஓர் உத்தி மட்டுமே எனவும் அவர் கண்டறிந்துள்ளார்.

முன்பு ஒருமுறை நான் இயக்குநர் ராமின் வீட்டுக்குப் போயிருந்தபோது அவரது கழிப்பறையில் வைக்கப்பட்டுள்ள புத்தகத்தைக் கவனித்தேன். சிலர் கழிப்பறைக்குப் புத்தகம் எடுத்துப் போவார்கள்; வெளியே படித்தபடியே தொடர்ச்சிக்கு உள்ளேயும் கொண்டு போவார்கள். ஆனால் ராம் கழிப்பறைக்கு எனவே தனியாக புத்தகங்கள் வைத்திருந்தார். நாவல், கட்டுரை என வழக்கமான நூல்களே. கழிப்பறையில் வாசிப்பதற்கு மட்டுமே தகுதியான புத்தகங்கள் உண்டு என அவர் என்னிடம் விளையாட்டுத்தனமான புன்னகையுடன் சொன்னார்.

ஆனால், நான் என்றுமே கழிப்பறையில் புத்தகம் படித்ததில்லை. கழிப்பறையில் நான் செய்தித்தாள் படிப்பதுண்டு. உள்ளே போனால் விளையாட்டுப் பக்கம் மற்றும் நடுப்பக்கங்களைப் படித்து முடித்துவிட்டே வருவேன். இப்போது படிக்க மொபைலுடன் போகிறேன்.

தனிமை தரும் ஆசுவாசம்

இப்படிப் படிப்பது உடல் நலனுக்கு நல்லதல்ல என சில நண்பர்கள் கூறிக் கேட்டிருக்கிறேன். ஆனால், ஒரு பக்கத்தை நீங்கள் கழிப்பறையில் படிப்பதற்கும் வெளியே படிப்பதற்கும் முக்கிய வித்தியாசம் உள்ளது. ஒருவித பிரத்யேகத் தனிமை, பாதுகாப்புணர்வு கழிப்பறையில் மட்டுமே உள்ளது.

நான் ஏதாவது முக்கிய முடிவெடுக்க வேண்டுமெனில் பாத்ரூமில் போய் உட்கார்ந்துகொள்வேன். குளிக்கையில், நீர்த்திவலைகளின் திரை என்னை மூடுகையில், எனக்கு நானே பேசிக்கொள்வேன். அப்போது எடுக்க முடிவது போன்ற தெளிவான முடிவுகள் வெளியே எனக்குச் சாத்தியமாவதில்லை.

இப்போதெல்லாம் காலையில் எழுந்ததுமே எனக்கு ஏற்படுகிற முதல் உற்சாகமே பாத்ரூமில் படிக்கலாமே எனும் எண்ணம் தருவதுதான். இப்பழக்கம் வேறு பலருக்கும் உண்டென அறிவேன்.

ஏன் கழிப்பறை? ஏன் படுக்கையறையிலோ, பால்கனியிலோ அந்த இதமான தனிமை நமக்குக் கிடைப்பதில்லை?

கிளர்ச்சியும் ஆறுதலும்

கழிப்பறை / குளியலறைகள் மிக இடுங்கலாய் கட்டப்பட்டவை. வெளி ஓசைகள், அசைவுகள், நிழல்கள், சிறு சிறு தொந்தரவுகள் அங்கு இல்லை. பாத்ரூமில் நமக்கு வேறெந்த பொறுப்பும் இருக்க முடியாதல்லவா! படுக்கையில் படுத்துப் படிக்கையில்கூட ஏதாவது வேலை நினைவு வந்து நாம் கவனம் சிதறலாம்; போன் வந்தால் பேச நேரிடலாம்; டிவி பார்க்கத் தோன்றலாம்; பசியெடுக்கலாம்; ஜன்னல் வழி வெளியே தெருவில், எதிர்வீட்டு பால்கனியில் கடந்து போகும் பெண்களை சைட் அடிக்கத் தோன்றலாம். ஆனால், பாத்ரூமுக்குள் இவையெல்லாம் தடை சாத்தியப்படாதவை.

மார்க் ஸ்கோன்பெல்ட் எனும் வலைப்பதிவர் இதைப் பற்றி எழுதுகையில் மலம் கழிப்பதில் ஒருவித சுகானுபவம் உள்ளதைக் குறிப்பிடுகிறார். வயிற்றின் பாரம் இறங்குவதன் ஆறுதலைப் பற்றிக் கூறுகிறார். மலத்துவாரம் உள்ள பகுதியில் உள்ள ஏகப்பட்ட நரம்பணுக்கள் செக்ஸுடன் சம்பந்தப்பட்டவை என்பதையும் அவர் குறிப்பிடுகிறார்.

ஆக, மலம் கழிப்பதன் கிளர்ச்சியை உணர்ந்துள்ளவர்கள் அதை நீட்டிக்க விரும்புகிறார்கள். வாசிப்பு அதற்கு உதவுகிறது. அது மட்டுமல்ல, வாசிப்பு என்பதன் சுவையே மலத்துவாரத் தசைகள் விரிவுறும் கிளர்ச்சியுடன் இணைந்து பல மடங்கு மேலாகிறது என நான் கருதுகிறேன். ''பொன்னியின் செல்வனில்'' கரிகாலனும் நந்தினியும் சந்திக்கும் பகுதியாகட்டும், முராகாமியின் நார்வேஜிய

வனம் நாவலின் துவக்க அத்தியாயங்களாட்டும், அடிவயிற்றை எக்கி ரசித்து பாரம் இறக்கியபடி அவற்றை வாசிக்கும் அனுபவமும் வெறுமனே நாற்காலியில் அமர்ந்து கூர்ந்து வாசிக்கும் அனுபவமும் ஒன்றல்ல. ரொமான்டிக்கான அத்தியாயங்கள், பரபரப்பான திகில் மற்றும் ஆக்‌ஷன் அத்தியாயங்கள் பாத்ரூமில் வாசிக்கத் தோதாய் உள்ளது இதனால்தான் எனக் கருதுகிறேன்.

அமெரிக்க நாவலாசிரியர் ஹென்ரி மில்லர் இதைப் பற்றி சொல்கையில் பாத்ரூமைப் போல வாசிப்புக்குத் தகுந்த இடம் வேறில்லை என்கிறார். பாத்ரூமில் படிக்கையிலேயே ஒரு நல்ல நூலின் சிறந்த குணங்கள் மேலெழுந்து வரும்; பாத்ரூம் வாசிப்புக்கு உகந்து வராத புத்தகங்கள் இலக்கியத் தகுதியற்றவை என்கிறார். ஜேம்ஸ் ஜாய்ஸின் உச்சபட்ச சாதனையான "யுலைசஸ்" நாவலைத் தான் முழுக்க பாத்ரூமில் வைத்தே படித்ததாய் மில்லர் கூறுகிறார்.

ஒடுங்கிக்கொள்ளும் இச்சை

மேலும், பாத்ரூமின் அந்த இடுங்கலான அமைப்பே ஒரு பொந்தைப் போன்றது. நாம் கருவில் தாயின் கருவறை எனும் பொந்தில்தானே வாழ்ந்தோம். அதன் பின்னர் தொட்டில். தொட்டிலுக்குப் பின்னரும் போர்வையைப் போர்த்தி ஒரு சின்னக் கூடாரத்துக்குள் நம்மை இரவில் ஒடுக்கிக்கொண்டு தூங்குகிறோம். பள்ளியில் / அலுவலகத்தில் தூங்க வேண்டுமானால் மேஜையில் கையை வைத்து அதன் மேல் தலைசாய்த்து நம்மையே அணைத்து ஒடுங்கிப் போகிறோம். என்னதான் பெரிய அகண்ட உலகில் வாழ்ந்தாலும் நாம் தொடர்ந்து அந்தச் சின்ன இடுங்கலான இடத்துக்காகவே ஆசைப்படுகிறோம். மனம் கசக்கையில் யாராவது அணைத்துக்கொள்ள மாட்டார்களா என ஏங்குகிறோம். பகலெல்லாம் அலைந்துவிட்டு இரவில் அந்தச் சிறிய இருட்டான இடத்துக்காகவே ஏங்குகிறோம். நமது உடலுறவுகூட இன்னொரு உடம்புக்குள் தற்காலிகமாய் ஒடுங்கித் திணித்து இளைப்பாறும் இச்சைதானே?

இந்த உளவிழைவைச் சரியாய்ப் புரிந்துகொள்ள நம் வீட்டு வளர்ப்புப் பிராணிகளை கவனித்தாலே போதும். நாய்க் குட்டி என்றால் சின்ன வயதிலேயே அதற்கு என ஒரு கூண்டு வேண்டும். பூட்டி வைக்க அல்ல, விளையாடிக் களைத்த பின் அதற்கு என்று

யார் தொந்தரவும் இல்லாமல் ஒரு இடமாக. பூனைக்கு என்றால் ஆளவரமற்ற ஒரு மூலை, பரண் அல்லது கார்ட்போர்ட் பெட்டி. நாயோ நம்முடனே திரியும் என்பதால் நம் கால்களின் இடையிலான இடமே அதன் புகலிடம். வாய்ப்புக் கிடைக்கும்போதெல்லாம் அங்கே போய் இடுங்கிக்கொள்ளும். அங்கேதான் கண்ணுறங்கும். கனவு காணும். கனவில் பேசும், சொறிந்துகொள்ளும், வாலாட்டும்.

நாகரிக உலகில் நமக்கெல்லாம் பாத்ரூம்தான் என்றும் தாயின் கருவறை. என்ன, சற்றே நாற்றமெடுக்கும் கருவறை.

தமிழர்களுக்கு ஏன் வாசிப்பில் அதிக ஆர்வம் இல்லை?

ஏன் தமிழர்களின் கவனம் சினிமாவைத் தவிர வேறெங்கும் செல்வதில்லை என்பதை கோபமாய் வினவி சமஸ் தமிழ் ஹிந்துவில் ஒரு கட்டுரை எழுதி இருக்கிறார். பொதுவாய் புத்தகங்கள் ஏன் வாங்குவதில்லை என்பதற்காய் சொல்லப்படும் காரணம் அதன் விலை. ஆனால் அது எவ்வளவு சொத்தையான காரணம் என சமஸ் விளக்குகிறார். உண்மை என்னவென்றால் இன்றுள்ள பொழுதுபோக்குகளிலே ஆக மலிவானது வாசிப்பு தான். சினிமா, உணவகங்களுக்கு செல்வது, பயணம் செய்வது என ஒவ்வொன்றுமே நம் சட்டைப்பையில் பெரிய ஓட்டையை போட்டு விடுகின்றன. ஆனாலும் குடும்பத்துடன் ஆயிரம் ரூபாய் செலவு செய்து ஒரு அலுப்பான படத்தை பார்த்து வர நாம் தயங்குவதில்லை.

சரி புத்தகங்கள் விலை அதிகம் என்றே கொள்வோம். இந்தியாவின் மிகச்சிறந்த நூலகங்களில் ஒன்று கோட்டூர்புரத்தில் அமைந்துள்ளது. அதில் ஆயிரக்கணக்கான நூல்கள் இலவசமாகவே நமக்காய் காத்திருக்கின்றன. ஏன் நம்மவர்கள் அதை பயன்படுத்துவதில்லை?

கே.என். சிவராமனும் ஒரு நல்ல முகநூல் பதிவு இது சம்மந்தமாய் எழுதி இருக்கிறார். புத்தக வாசிப்பை ஒரு பயிற்சி என அவர் விளக்குகிறார். எப்படி மரபான இசை கேட்க பயிற்சி தேவையோ அது போல் புத்தக வாசிப்புக்கும் அது அவசியம் என்கிறார். ஒரு நாவலை வாசிக்க வாசகனுக்கு சொல்லித் தர வேண்டும், அப்பொறுப்பை பதிப்பகங்களும் இலக்கிய அமைப்புகளும் எடுத்துக் கொள்ள வேண்டும். இப்பதிவை படித்த போது எனக்கு என் பதின்வயது அனுபவங்கள் நினைவுக்கு வந்தன. கலை இலக்கிய பெருமன்றத்தில் ஆரம்பத்தில் நிறைய நண்பர்கள் எனக்கு வாசிக்க டிப்ஸ் அளித்தார்கள். குறிப்பாய் கவிதையை புரிந்து கொள்ள அங்கு நடந்த விவாதங்கள் உதவின. அதன் பிறகு நான் ஜெயமோகனை தொடர்ந்து சந்தித்து உரையாட துவங்கினேன்.

ஏதாவது ஒரு நாவலை படித்து விட்டு அது பற்றி அவர் கருத்தை அறிந்து கொள்ள முனைவேன். அவர் சுலபத்தில் சொல்ல மாட்டார். நானாக வாசித்து என் கருத்தை உருவாக்க வேண்டும் என நினைப்பார். ரொம்ப கிளறினால் நூலை தான் வாசித்து உணர்ந்த அனுபவத்தை விளக்குவார். நான் அவரை அப்போதெல்லாம் பயங்கரமாய் கடுப்பேற்றுவேன். அவர் கம்பராமாயணத்தை விதந்தோதியது கேட்டு நான் என் கல்லூரி நூலகத்தில் இருந்து பால காண்டம் எடுத்து ஒரே மாதத்தில் வாசித்து விட்டேன். அதில் கவிதையாய் ஒன்றும் இல்லையே என அவரிடம் வாதிட்டேன். அவர் என்னிடம் கம்பராமாயணத்தை தொடர்ச்சியாய் அப்படி நான் வாசித்ததே தவறு என்றார். எப்படி அதை படிப்படியாய் ருசித்து படிக்க வேண்டும் என்று விளக்கினார். "குற்றமும் தண்டனையும்" வாசித்து விட்டு அது வளவளவென இருக்கிறது என விமர்சித்தேன். கோபத்தில் ஜெயமோகனின் முகம் சிவந்து விட்டது. அந்நாவலின் சில முக்கியமான இடங்களை குறிப்பிட்டு அதன் குறியீட்டுப் பொருள், விவாதப் புள்ளிகளை புரிய வைத்தார். குறிப்பாய், நாவலின் நாயகன் ரஸ்கோல்நிக்கோவ் தன் கனவில் சிறு வயது துன்பியல் நினைவு ஒன்றை மீள காண்பான். குதிரையை ஒருவர் தொடர்ந்து சாட்டையால் விளாசி துன்புறுத்துவதை காண்பான். அவன் மிகவும் உணர்ச்சிவயப்படுவான். அக்கனவு எப்படி நாவலின் ஒரு முக்கியமான உணர்ச்சி மையம் என ஜெயமோகன் அன்று விளக்கினார். இன்று வரை எந்த விமர்சகரும் அப்படி அந்நாவலை அணுகி நான் பார்க்கவில்லை. அக்காட்சியை மையமாய் கொண்டு நாவலை மீள்வாசித்தால் ரஸ்கோல்நிக்கோவ் தன்னை ஒரு புரட்சியாளனாய் அல்ல கர்த்தராய் தான் கருதினான் என புரியவரும். தன்னை பலி கொடுக்காத, தீமையை பலி கொடுக்க மட்டும் எண்ணின, அறிவுஜீவி கர்த்தர். மறுப்புவாத, கலகவாத, போராளி கர்த்தர். நாவலின் இறுதியில் தான் அவன் எல்லா நன்மையும் தீமையும் தன்னில் இருந்தே ஆரம்பிக்கின்றன, சமூகத்தை திருத்த தன்னை திருத்த வேண்டும், சமூகத்தை தண்டிக்க தன்னை தண்டிக்க வேண்டும் என புரிந்து கொள்கிறான். இருபது வருடங்களுக்கு முன்பு ஜெயமோகன் முன்வைத்த சிறு அவதானிப்பு இன்று எனக்கு அந்நாவலை முழுக்க திறந்து விட்டுள்ளது. வாசிப்பின் போது இது போன்ற விவாதங்கள் மிக முக்கியம்.

சொல்லப் போனால் வாசிப்பு என்பது தனிமையில் நிகழ வேண்டிய ஒன்று அல்ல. அது ஒரு கூட்டு கலாச்சார செயலாக இருக்க

வேண்டும். சென்னை பல்கலையில் முனைவர் பட்ட ஆய்வு செய்யும் மாணவர்கள் மாலையில் கூடி ஏதாவது ஒரு சிறுகதையை வாசிக்கும் பழக்கத்தை கடந்த வருடம் கொண்டிருந்தோம். சிலநேரம் கதையை விவாதிப்போம். ஆனால் பெரும்பாலும் அந்த அவசியம் கூட இராது. கதையின் முக்கியமான ஒரு ஜன்னலை எங்களில் யாரோ ஒருவர் சட்டென திறந்து வெளிச்சத்தை பாய்ச்சுவோம். எதேச்சையாய் செய்யும் ஒரு அவதானிப்பிலோ ஒரு குறிப்பிட்ட வரியை, இடத்தை நாங்கள் சிலாகிப்பதிலோ அது நிகழும். அது மட்டுமல்ல தனித்து வாசிப்பதை விட சேர்ந்து வாசிப்பது நினைவில் அவ்வளவு குதூகலமான அனுபவமாய் பதிந்திருக்கிறது.

சிவராமன் குறிப்பிடும் பயிற்சியை கல்வி நிலையங்கள் நிச்சயம் முன்னெடுக்க வேண்டும். சென்னையை முகாமிட்டு "வாசக சாலை" போன்று தீவிரமாய் இயங்கும் இலக்கிய அமைப்புகள் உண்டு. பனுவல், டிஸ்கவரி என புத்தக நிலையங்களில் தொடர்ந்து கூட்டங்கள் நடக்கின்றன. இக்கூட்டங்களில் பேச்சு, விவாதம் என மட்டும் நடத்தாமல் கதைகளை வாசிக்கும் நிகழ்வுகளையும் நடத்தலாம்.

போகன் சங்கர் "வயதுக்கு வராதிருத்தல்" என ஒரு பதிவில் நம்மை கேரளாவுடன் ஒப்பிடுகிறார். அப்பதிவுக்கு வந்துள்ள பின்னூட்டங்களில் ஏன் தமிழர்களுக்கு வாசிப்பு பழக்கம் இல்லை என்பதற்கு பொதுவாக சொல்லப்படும் கிட்டத்தட்ட அனைத்து காரணங்களும் வந்து விட்டன: சினிமா மோகம், திராவிட அரசியல்வாதிகளின் சினிமா மீதான மனச்சாய்வு, பிராமண ஆதிக்கம், குழு மனப்பான்மை, இப்படி இப்படி. ஒருவர் தமிழகத்தில் நதிகள் வற்றி விட்டதும் ஒரு காரணம் என்கிறார். இது சற்று விநோதமாய் படலாம். ஆனால் இருபது வருடங்களுக்கு முன்பு ஜெயமோகனிடம் நான் இக்கேள்வியை கேட்ட போது அவர் இது போன்ற பொருளாதார காரணத்தை தான் முன்வைத்தார். கடந்த நூற்றாண்டில் தமிழகம் கண்டுள்ள பஞ்சங்களை குறிப்பிட்ட அவர் அதனால் தான் இலக்கிய வாசிப்பு போன்ற நுண்பண்பாட்டு சமாச்சாரங்களுக்கு இங்கு முக்கியத்துவம் இல்லாதிருக்கிறது என்றார். அவரது அடிப்படை நம்பிக்கை இலக்கியம் ஒரு எலைட் சமாச்சாரம் என்பது. குறைந்தது கும்பி காயாமல் இருக்க வேண்டும்.

அப்போதுதான் இலக்கியம், இசை, தத்துவம், கடவுள் என்றெல்லாம் சிலாகிக்க முடியும். இந்த தரப்பை முன்வைக்கிறவர்கள் எப்போதும் கிரேக்க மரபை காரணம் காட்டுவார்கள். கிரேக்கம் பண்பாடு, தத்துவம், நாடகம் என உச்சத்தில் இருந்த போது நாட்டின் லௌகீக தேவைகளை அடிமைகளின் உழைப்பு நிவர்த்தி செய்தது. சாக்ரடீஸும், பிளேட்டோவும் உணவைவும் பாதுகாப்பையும் மீறி யோசிக்க முடிந்தது. "உண்மை என்றால் என்ன, அறம் என்றால் என்ன? நாட்டை ஆளும் ஒரு தலைவன் எப்படி இருக்க வேண்டும்" என்றெல்லாம் விவாதிக்க முடிந்தது. பின்னர் ஐரோப்பா உலகம் முழுக்க படையெடுத்து சென்று காலனிகளை தோற்றுவித்தது. அங்கு ஐரோப்பியர்களுக்காய் உழைத்து செழிக்க வைக்க காலனிய அடிமைகள் கோடிக்கணக்கில் தோன்றினார்கள். ஐரோப்பிய பிரஜைகள் சௌகர்யமாய் ஓய்வு நேரத்தில் இலக்கியமும் பிற கலைகளும் பயின்றார்கள். இன்று உலகமயமாக்கலின் போதும் ஐரோப்பிய வளத்தை பெருக்க நம்மைப் போல் ஏராளமான அடிமைகள் இருக்கிறோம். நாம் 18 மணிநேரம் வேலை செய்ய வெள்ளைக்காரன் குறைவான உழைப்பு, தரமான வாழ்க்கை என மகிழ்கிறான். வாழ்க்கையை தரமாக்க அவனுக்கு வாசிப்பு இன்றும் தேவையாக உள்ளது. நம் ஆட்களுக்கு வாழ்க்கையை உருவாக்கவே அவகாசம் இருப்பதில்லை.

உண்மை இவற்றில் எல்லா காரணங்களுக்கும் சற்று அருகில் இருக்கலாம்.

வங்காளமும் கேரளாவும் கல்வியில் சிறந்ததற்கு இடதுசாரி அமைப்புகளின் பணி மிக முக்கிய காரணம். சமூக முன்னேற்றத்தம், விடுதலை ஆகியவற்றை அவர்கள் கலாச்சார செயல்பாட்டுடன் இணைத்தார்கள். இதை நான் நேரில் சிறிய அளவில் அனுபவித்திருக்கிறேன். எங்கள் ஊரில் சு.ரா, ஜெயமோகன் இருவரும் ஆரம்ப கால இடதுசாரிகள், பின்னாளில் இயக்கத்துடன் முரண்பட்டவர்கள். அங்கு கலை இலக்கிய பெருமன்றத்தின் செயல்பாடு பல இளம் எழுத்தாளர்கள் தோன்றவும் நவீன இலக்கிய பரிச்சயம் பெறவும் பயன்பட்டிருக்கிறது. தமிழகத்தின் பிற பகுதிகளில் தமுஎச பெரும் பங்காற்றி இருக்கிறது. இலக்கியத்தின் பால் மக்கள் ருசிகொள்ளவும் அதை பயிலவும் இது போன்ற இயக்கங்கள் நிச்சயம் உதவுகின்றன.

மக்கள் பரவலாய் வாசிப்பதற்கும் எழுத்தின் தரத்திற்கும் அதிக சம்மந்தமில்லை என்பதை போகன் குறிப்பிடுகிறார். இந்த உண்மையை நானும் பலமுறை மலையாள நவீன இலக்கியம் வாசிக்கையில் உணர்ந்திருக்கிறேன். நமது மௌனியின் காலடியில் உட்காரும் தகுதி கொண்ட ஒரு கதையாசிரியர் கூட மலையாளத்தில் இன்னும் தோன்றவில்லை. ஆனால் மௌனியை தமிழில் வாசித்தவர்கள் சில நூறு பேர்களே இருப்பார்கள்.

அப்படி என்றால் வாசிப்பு பரவலாவதும் இலக்கிய வாசிப்பு தீவிரமாவதும் ஒன்றல்ல. ஒரு மாநிலத்தில் லட்சக்கணக்கான இலக்கிய வாசகர்கள் இருக்கலாம். ஆனால் அவர்களில் ஆயிரம் பேர் தான் தீவிர, முதிர்ந்த வாசகர்களாய் இருப்பார்கள். மிச்ச லட்சம் பேரும் நுனிப்புல் இலக்கிய வாசகர்கள். இலக்கிய ஜன்னலில் இருந்து எட்டிப் பார்ப்பவர்கள். இலக்கிய தேவதையின் பாவாடை ஜரிகையை பற்றி பின்னால் ஓடி வரும் சிறுவர்கள்.

அப்படி என்றால் பரவலான இலக்கிய வாசிப்பு என்றால் என்ன? அதனால் மக்கள் பெறும் பயன் என்ன? எம்.டி வாசுதேவன் நாயரின் சிறுகதை ஒன்றை ஒரு சாமான்யனான மலையாளி வாசிக்கிறான். அப்போது அவன் அந்த மொழியின் நவீனத்தன்மையை, தளுக்கை, நளினத்தை சிறிது ரசிக்கிறான். பிற லட்சம் வாசகர்களுடன் அப்பிரதியை தானும் பகிர்ந்து கொள்வதில் உளம் மகிழ்கிறான். கோயில் விழாவில் பங்கெடுப்பது போன்ற ஒரு சமூகமாக்கல் மகிழ்ச்சி அவனுக்கு வாசிப்பு மூலம் கிடைக்கலாம். நான் ஒருமுறை கேரளாவில் கண்ணூருக்கு ரயிலில் சென்றேன். வழியில் பேப்பூரை ரயில் கடக்கும் போது நான் ஆர்வம் கொண்டு எட்டிப் பார்த்தேன். “பேப்பூர் இது தானா?” என தவிப்புடன் பக்கத்தில் இருந்த ஒரு மலையாளி குடும்பத்துடன் கேட்டேன். குடும்பத் தலைவர் இலக்கிய வாசகரோ விமர்சகரோ அல்ல. ஆனாலும் அவர் புன்னகையுடன் “ஆம் பஷீரின் ஊர்” என்றார். அவருக்கு ஒருவேளை பஷீரின் எழுத்தின் உள் ஒளி தெரியாமல் இருக்கலாம். ஆனால் அவர் பஷீர் எனும் கலாச்சார எழுச்சியில் பங்கு கொள்ள விரும்புகிறார். அந்த பேரலையில் சிறிது கால் நனைத்திருக்கிறார். இதைத் தான் தமிழ் சமூகம் தவற விட்டு விட்டது.

எல்லா புத்தகங்களையும் வாசிக்க வேண்டுமா?

நண்பர் நிஷாந்துடன் இரவுணவு அருந்திக் கொண்டிருக்கையில் ஒரு இளம் எழுத்தாளரின் நூலை குறிப்பிட்டு அதை வாசிக்க விரும்புவதாய் சொன்னார். ஏன் என்றேன். அது தனக்கு பிடிக்கும் விதமாய் இருக்கும் என நினைப்பதாய் சொன்னார். பிறகு சற்றே சந்தேகத்துடன் என்னிடம் அப்படி தன் சுவைக்கேற்ற நூல்களை மட்டும் படிப்பது தவறா என கேட்டார். நான் சொன்னேன் "இல்லை, அப்படித் தான் படிக்க வேண்டும்."

இருவிதமான வாசிப்பு உண்டு. 1) பட்டியலிட்டு அனைத்தையும் படிப்பது, 2) பட்டியலுக்கு வெளியே தனக்கு தேவையானதை, தன் சுவைக்கு ஏற்றதை மட்டும் படிப்பது.

மாடு சுவரொட்டி, மீதம் வரும் சோறு, வைக்கோல், புல், இலை தழை, பிளாஸ்டிக் என கிடைப்பதை எல்லாம் மெல்லும். ஆனால் ஆடு மிகவும் கவனமாய் தேடி தேர்ந்து சில இலைகளை மட்டும் கடிக்கும் என்பார்கள். வாசிப்பை பொறுத்த மட்டில் நான் ஆட்டின் பக்கம் தான்.

தமிழில் ஒரு வருடம் வெளியாகும் அத்தனை நாவல்கள், சிறுகதைத் தொகுப்புகளையும் உடனுக்குடன் வாங்கிப் படிப்பவர்கள் உண்டு. அப்டேட்டாக இருக்க இது உதவும். ஆனால் நான் அப்படி செய்வதில்லை. புத்தகத்துக்கு காலாவதி தேதி இல்லை. 2016இல் வெளியான நாவலை 2030இல் கூட படிக்கலாம். எந்த சேதாரமும் ஏற்படாது.

என்னைப் பொறுத்த மட்டில் கவிதைத் தொகுப்புகள் மட்டுமே இதற்கு விதிவிலக்கு. எனக்கு தமிழ் நவீன கவிதை மொழியின் போக்குகளை கவனிப்பதில் மிகுந்த ஆர்வம் உண்டு. ஒவ்வொரு வருடமும் புதுக்குரல்கள் தோன்றுகின்றன. அதில் பல வித்தியாசமான குணங்கள் புலப்படுகின்றன. அவற்றை அறிந்து

கொள்ளும் நோக்கில், எந்த புது கவிதை நூல் முக்கியமானதாய் பேசப்பட்டாலும் வாங்கி வாசித்து விடுவேன். ஆனால் சிறுகதை, நாவல்களில் இது போன்ற புதுப்போக்குகள் அதிகம் தெரிவதில்லை. 2000இல் எழுதப்பட்டது போன்று தான் இன்றும் எழுதுகிறார்கள். அதே களம், அதே மொழி, அதே சிக்கல்கள். இந்த தொடர்ச்சியில் இருந்து முற்றிலும் துண்டித்துக் கொண்டு எழுதுபவர்கள் இணையத்தில் இருந்து தோன்றி நாவல் எழுதுபவரக்ள் தாம். அவர்களின் நூல்களை இந்த காரணத்துக்காகவே உடனுக்குடன் படிப்பேன். அதே போல் வணிகப்புலத்தில் இருந்து இலக்கியத்திற்கு வந்து இரண்டும் கலந்தாற்போல் எழுதுகிறவர்களையும் உடனுக்குடன் வாசிப்பேன்.

எனக்கு என் மனப்போக்குக்கு ஏற்றபடி வாசிக்க பிடிக்கும். ஒரு நண்பர் என்னை தொடர்பு கொண்டு "கதை முடிவுக்கு வந்து விட்டீர்கள்" நாவல் எங்கு வாங்க கிடைக்கும் எனக் கேட்டார். ஏன் அதை திடீரென வாசிக்க ஆர்வம் எனக் கேட்டேன். துப்பறியும் நாவல்கள் படிக்கும் மனநிலையில் இருக்கிறேன் என்றார். நான் அவரைப் போன்று ஒவ்வொரு வருடமும் என் மனம் சாயும் திசையில் வாசிப்பையும் செலுத்துவேன். ஆறு மாதம் முழுக்க பேய்க்கதை படிப்பேன். அறிவியல் புனைவு அல்லது ஹெமிங்வே, ரேமண்ட் கார்வர் படிப்பேன். அவர்களுக்கும் பின்னால் சென்று ரஷ்ய இலக்கியங்களை மீள்வாசிப்பு செய்வேன். ஷேக்ஸ்பியரை கூட திரும்ப படிப்பேன். அல்லாவிட்டால் ஏதாவது ஒரு ஐரோப்பிய தத்துவஞானியை பற்றி தேடித் தேடி வாசிப்பேன். அதே போல் விசித்திரமான நூல்கள் கிடைத்தாலும் தவற விடுவதில்லை. உதாரணமாய், ஹோவார்ட் டல்லி எழுதிய *My Lobotomy* என்ற புத்தகம்.

ஹோவார்ட் குழந்தைப்பருவத்தில் விளையாட்டு சுபாவம் மிக்கவர். துடுக்குத்தமாய் அவர் செய்யும் காரியங்கள் அவரது சித்திக்கு பிடிக்காமல் போகின்றன. ஹோவார்டுக்கும் சித்தி மீது வெறுப்பு ஏற்படுகிறது. சித்தியை வேண்டுமென்றே வெறுப்பேற்றுகிறார். அவருக்கு ஒழுக்கவிதிகள் மீது உதாசீனம் அதிகம். எதையும் யாரையும் பொருட்படுத்தாத முரட்டுக்குழந்தையாக இருந்தார். இதையெல்லாம் வைத்து சித்தி அவர் மனநிலை பாதிகப்பட்டவர் எனும் முடிவுக்கு வந்தார்.

ஹோவார்டின் அப்பாவையும் நம்ப வைத்தார். அப்போது அந்த ஊரில் (அமெரிக்காவின் கலிபோர்னியாவில்) வால்டர் ப்ரீமேன் எனும் மருத்துவர் தோன்றுகிறார். அவர் ஹோவார்டை பார்த்து விட்டு அவருக்குள்ளது மனவியாதி என முடிவு செய்கிறார்.

இந்த ப்ரீமேன் ஒரு "புரட்சிகரமான" சிகிச்சையை மனவியாதிகளுக்கு கண்டுபிடித்திருக்கிறார். கண்களின் மேலோட்டை திறந்து மூளை நரம்புகளை நெற்றியில் இணையும் பகுதியில் இருந்து துண்டித்து விடுவார். இதை ஒரு எளிய அறுவை சிகிச்சையாக அவர் செய்வார். மயக்க மருந்து கொடுத்து நோயாளியை படுக்க வைத்து விழிகளைத் திறந்து ஒரு சிறு சுத்தியால் இமைக்கு மேலுள்ள எலும்பை உடைப்பார். பிறகு ஒரு சிறு கரண்டியை உள்ளே நுழைத்து இடது வலது பக்கமாய் நீவுவார். அவ்வளவு தான். தையல் போட்டு விடுவார்.

இந்த "சிகிச்சைக்கு" பிறகு நோயாளி கிட்டத்தட்ட ஒரு காய்கறி ஆகி விடுவார். கத்தவோ வன்முறையில் ஈடுபடவோ மாட்டார். இதற்கு லோபோடமி என பெயர். மனநிலை பாதிக்கப்பட்டவர்களை எப்படி சமாளிப்பது என தவித்தவர்களுக்கு ப்ரிமேனின் இந்த சிகிச்சை ஒரு "வரப்பிரசாதமாய்" அமைந்தது. ஆயிரக்கணக்கான நோயாளிகளை உபத்திரவமில்லாத காய்கறிகளாய் மாற்றி குடும்பத்தினருக்கு "உதவினார்" அவர். தன் சிகிச்சையை எப்படி சில நிமிடங்களில் செய்ய முடியும் என அவர் ஒரு செய்முறை விளக்கம் கூட நிகழ்த்தினார். அப்போது கொத்து கொத்தாய் நோயாளிகளை படுக்கையில் மயக்கி கிடத்தி வேகவேகமாய் அவர்களின் கண் ஓடுகளை உடைத்து அவர் ஸ்பூனால் நரம்புகளை துண்டித்து காட்டியிருக்கிறார். அது மட்டுமல்ல தன் சிகிச்சையை பின்பற்ற விரும்பும் இளைஞர்களுக்கு பயிற்சியும் அளித்திருக்கிறார்.

ஹோவார்ட் டல்லி 12 வயதில் லோபோடமி சிகிச்சைக்கு ஆட்படுத்தப்பட்டார். அவருக்கு எந்த உளவியல் சிக்கலும் இல்லை. இன்றைய மருத்துவர்கள் கவனச்சிதைவு மிக்கவர் என அடையாளப்படுத்தக் கூடிய ஒரு குழந்தை மட்டுமே அவர். சிறுவயதில் தாயை இழந்தது, சித்தி மீதான வெறுப்பு அவரை சற்று வன்முறை கொண்டவராக ஆக்கியது. முதலில் ஹோவார்டை பரிசோதித்த ப்ரிமேனும் இதை உணர்ந்தார். ஆனால் ஹோவார்டின் சித்தி அவரை வற்புறுத்துகிறார். இந்த

பையனின் தொல்லைகளை என்னால் பொறுக்க முடியவில்லை. இவனை கட்டுப்படுத்த வேண்டும் என நச்சரிக்கிறார். அவருக்காக ப்ரீமேன் ஒப்புக் கொள்கிறார். சிகிச்சைக்கு பிறகு ஹோவார்ட் தன் நினைவு மற்றும் அறிவுத்திறன்களை இழக்கிறார். மந்தமாகிறார். அவரால் கல்வியை தொடர் முடியாமல் ஆகிறது. தனக்கு என்ன நேர்ந்தது என புரியவே அவருக்கு நீண்ட காலம் ஆகிறது. பல வருடங்கள் எதுவுமே செய்ய முடியாமல் வீட்டில் ஒரு பொம்மை போல் அமர்ந்திருக்கிறார். பின்னர் ப்ரிமேனின் சிகிச்சை முறை மீது கடும் விமர்சனங்கள் தோன்றுகின்றன. அவர் அந்த கொடும் வன்முறையை நிறுத்தி விட்டு ஒதுங்கிக் கொள்கிறார். அவரது பலியாடுகளில் ஒருவரான ஹோவார்ட் தன் முப்பதுகளில் ஓரளவு செயலூக்கம் பெறுகிறார். சிறுவேலைகள் செய்து பிழைப்பை நடத்துகிறார். தன் அனுபவங்களை ஒரு நூலாக எழுதுகிறார். அது தான் *My Lobotomy*. (*One Flew over the Cuckoo's Nest, The Island* ஆகிய படங்களில் இச்சிகிச்சை பற்றின குறிப்புகள் வரும்.)

தமிழில் எந்த சுயசரிதையும் எனக்கு இந்நூல் தந்த தாக்கத்தை ஏற்படுத்தியதில்லை. அதற்காகத் தான் இந்நூலைக் குறிப்பிட்டேன். இதை நான் எதேச்சையாக கண்டெடுத்து படித்தேன். இப்படி என் ஆர்வத்துக்கு ஏற்ப படிக்கவே எனக்கு பிடிக்கிறது. இந்த வாசிப்பு முறையில் என் தேடல் துலக்கம் பெறுகிறது. என் உள்தேடல் என்னை வழிநடத்துகிறது.

நான் நண்பர் நிஷாந்திடம் சொன்னேன், "எனக்கு இலக்கிய, சமூக அரசியல் கூட்டங்களில் கலந்து கொள்வதை விட உபன்யாசங்கள் கேட்க பிடிக்கும். எதாவது ஒரு கோயிலில் ஒருவர் பேசுவது கேட்டால் போய் உட்கார்ந்து கொள்வேன். தேவாலயம், இஸ்லாமிய கூட்டங்கள் என எதையும் விட்டு வைப்பதில்லை. எனக்கு அரசியல், இலக்கிய மொழிகளை விட மதத்தின் மொழி பிடித்திருக்கிறது. அதில் புழங்கும் சொற்கள், அங்கு கிடைக்கும் மன எழுச்சி, கவித்துவம் என்னை கிளர்ச்சி கொள்ள வைக்கிறது. கடவுள் குறித்த உரையாடலில் ஒரு புதிர் உள்ளது. அந்த புதிர்தன்மை தான் என்னைதூண்டுகிறது. மேலும் அறிந்து கொள்ள கேட்கிறது. ஆனால் அரசியல் சமூக விவாதங்களில் முற்றுப்பெற்ற நம்பிக்கைகள் தாம் முன்வைக்கப்படுகின்றன. மத உரையாடல்களில் உள்ள அரூபமான மொழி, உளவியல் சிடுக்குகள், உருவகங்கள் எனக்கு மிகுந்த ஆர்வமூட்டுகின்றன."

சமீபத்தில் ஐசக் எனும் மற்றொரு இளம் எழுத்தாளரை சந்தித்தேன். அவர் என்னிடம் ஒரு வளர்ந்து வரும் எழுத்தாளன் தினத்தந்தி போன்ற நாளிதழ்கள் படிக்கலாமா எனக் கேட்டார். தனக்கு ”தந்தி” படிக்கும் போது இதையெல்லாம் படிக்கிறோமே என குற்றவுணர்வு ஏற்படுகிறது என சொன்னார். நான் அவரிடம் அவர் எந்த வரைமுறையும் இன்றி படிக்க வேண்டும் என்றேன். ஒரு நல்ல வாசகனுக்கு தந்தியும் உயிர்மையும் ஒன்று தான். அவன் இரண்டிலும் புழங்கும் மொழியை மட்டுமே கவனிப்பான். பலவிதமான மொழிகளை கவனிப்பது, பழகுவது அவன் எழுத்தை லாவகமாக, மினுக்கம் கொண்டதாக மாற்றும்.

”ஒரு நல்ல எழுத்தாளனாக நான் என்னவெல்லாம் செய்ய வேண்டும்?” என ஐசக் என்னிடம் கேட்டார். “எழுதிக் கொண்டே இருங்கள் அது போதும்” என்றேன். அவர் வியப்பாக “நீங்கள் என்னை நிறைய படிக்க சொல்லுவீர்கள் என எதிர்பார்த்தேன்” என்றார். நான் சொன்னேன் “எழுத்தாளன் நிறைய படிக்க வேண்டும் என்பது நம் ஊரில் உள்ள ஒரு கற்பிதம். அது உண்மை அல்ல. குறைவாக நமக்கு தேவைப்படும் அளவுக்கு படித்தால் போதும். வாசிப்பின் மூலம் எழுத கற்க முடியாது. எழுதித் தான் எழுத கற்க முடியும். சொல்லப் போனால் நிறைய வாசிப்பது எழுத்துக்கு பாதகமாகவே முடியும். அது மூளையை அடைத்துக் கொள்ளும். கற்பனையை சுரக்காமல் செய்யும். நீங்கள் விக்கிபீடியாவை பிரதியெடுக்க ஆரம்பிப்பீர்கள். ஒரிஜினலாக எழுத குறைவாக படிக்க வேண்டும்.”

இயக்குநர் மிஷ்கின் இதை நன்றாக புரிந்து கொண்டவர். அவர் நிறைய நிறைய புத்தகங்கள் வைத்திருக்கிறார். ஆனால் குறைவாக படிக்கிறார். தன் கற்பனையை தூண்டும் புத்தகங்களை தேவையான அளவு படித்து விட்டு மூடி விடுகிறார். சில நேரம் ஒரு நூறு பக்க புத்தகத்தில் நாம் பத்து பக்கமே படித்தால் போதுமாக இருக்கும்.

எல்லாவற்றையும் படிப்பது பண்டிதர்கள் மற்றும் ஆய்வாளர்களின் பணி மட்டுமே!

‘வாசிக்க’ சில ஆலோசனைகள்

அசோக் ராஜ் எனும் நண்பர் வாசிப்பு பற்றி ஒரு முக்கியமான கேள்வி எழுப்பி இருந்தார். அதற்கான என் பதிலை கீழே பார்க்கலாம்.

“பாஸ் வணக்கம். எனக்கு சில மாதங்களாக பெரிய குழப்பம் ஒன்று எற்பட்டுக் கொண்டே இருக்கிறது. அது புத்தக வாசிப்பு பற்றி. என்னுடைய குழப்பத்திற்கான காரணத்தை வெகுநாட்களாக தேடிக் கொண்டிருக்கிறேன். ஆனால் பிடிபடவில்லை. நான் மூன்று ஆண்டுகளுக்கு முன்பு கல்லூரியில் படிக்கும் போதுதான் புத்தகம் வாசிக்கத் தொடங்கினேன். படித்த முதல் புத்தகம் பா.ராகவன் எழுதிய “ஹிட்லர்”. அது எனக்குள் ஏதோ மாயாஜாலம் செய்தது போல் இருந்தது. பா.ராகவனின் எழுத்து நடை மிகவும் சுவாரஸ்யமானதாக இருந்தது. அது புத்தகத்தினுடன் என்னை கட்டிவிட்டது போல் செய்தது. தொடர்ந்து பா.ராகவனின் புத்தகங்களை வாசிக்கத் தொடங்கினேன். அடுத்து பல எழுத்தாளர்களின் புத்தகங்களை கண்டுகொண்டு வாசிக்கத் தொடங்கினேன். ஜெயமோகன், அசோகமித்திரன், எஸ்.ராமகிருஷ்ணன் என விரும்பி வாசிப்பேன். ஆனால் இப்போது சில மாதங்களாக புத்தகங்கள் படிக்கும்போது எழுத்துநடையின் சுவாரஸ்யத்தை உணர முடியவில்லை. வேகமாக வாசிக்கும்போது புத்தகத்தில் உள்ள செய்தியை மட்டும் புரிந்து கொள்ள முடிகிறது. முன்பு போல புத்தகம் வாசிக்கும் போது சுவையாக இருக்க மாட்டேன் என்கிறது. இது எனக்கு மட்டும் ஏற்பட்டு இருக்கிற கோளாறா? பொதுவாக எல்லா வாசகர்களுக்கும் இருக்கிற பிரச்சனையா? எதனால் இப்படி ஆகிறது? இந்த நிலை மாறுமா? மாற்றுவது எப்படி? மிகவும் குழம்பி இருக்கிறேன். உங்களுடைய பதிலுக்காக காத்திருக்கிறேன்.

அசோக் ராஜ்”

வணக்கம்.

எனக்கும் இது போல் நேர்ந்ததுண்டு. அதனால் உங்கள் மனநிலை எனக்கு புரிகிறது. சில எழுத்தாளர்களுக்கு திடீரென எழுத பிடிக்காமல் போய் விடும். எழுத்துடன் மனதுக்கு ஒத்திசைவு ஏற்படாது. *Writer's block* என்பார்கள். ஒவ்வொரு சொல்லும் கண்ணாடியில் தெரியும் பிம்பம் போல் தோன்றும். எதுவுமே நமதில்லை என நினைப்போம். அது ரொம்பவே அதோகதி தான். வாசகனுக்கும் இது போன்ற ஆர்வமின்மை, ஒத்திசைவற்ற நிலை சில நேரம் வரும். இதை *reader's block* எனலாம். தானே போய் விடும். அதனால் நீங்கள் கவலைப்பட வேண்டியதில்லை.

இது ஏன் நேர்கிறது? சில காரணங்களை ஊகிக்கிறேன்.

ஏன் வாசிக்கிறோம்? சுகம் கிடைப்பதனால் மட்டும் அல்ல. அது நமக்கு தேவையுள்ளதனாலும் தான். சிலநேரம் நம் மனதுக்கு புத்தகங்கள் தேவையின்றி போகலாம். சில நேரம் ஆண்களுக்கு (பெண்களுக்கு) பெண்களின் (ஆண்களின்) அருகாமையே பிடிக்காமல் போய் விடும். பக்கத்தில் போனாலே எரிச்சல் ஏற்படும். சில நேரம் அவர்கள் அருகிலேயே இருக்க வேண்டும் எனத் தோன்றும். என் நண்பர் ஒருவர் என்னிடம் சொன்னார் "போன வாரம் எல்லாம் உங்கள் மீது கடும் வெறுப்பில் இருந்தேன்"

"அப்படியா ஏன்?"

"அப்படித் தான். உங்களோடு பேசவே பிடிக்கவில்லை"

"எனக்கு அப்படி நீங்கள் நினைப்பதாய் தோன்றவில்லையே?"

"உங்களோடு கோபமாய் இருந்ததால் நான் உங்களை அழைக்கவில்லை. அதனால் உங்களுக்கு தெரியாமல் போயிற்று"

"அது சரி உங்கள் வெறுப்பை அடைவதற்கு நான் ஒன்றும் தப்பாய் செய்யவில்லையே?"

"அது உங்களுக்கு எப்படி தெரியும்? நான் உங்கள் மீது அவ்வளவு கோபமாய் இருந்தேனே!"

நான் சிரித்து விட்டேன். இப்போது நான் நினைத்துப் பார்த்து ரசிக்கும் உரையாடல் இது. இந்த மாதிரி மனநிலை பனி போல் தோன்றி மறைந்து விடும். சில நேரம் சிலரது அருகாமை, நினைவு,

நிழல் கூட நமக்கு தேவையிருக்காது. பிடிக்காது. அது போல் நம் மனதுக்கு புத்தகங்களும் ஒவ்வாமையாய், பிடிக்காததாய் ஆகலாம்.

கடந்த 15 வருடங்களில் ஒரு பக்கம் கூட படிக்காமல் இருந்த நினைவு இல்லை. அதற்காய் நான் எப்போதும் முழு தீவிரத்துடன் படிக்கிறேன் என்றில்லை. நூற்றில் பத்து நாட்களே நான் மார்கழி மாசத்து நாயைப் போல் புத்தகங்களின் பின் திரிவேன். மிச்ச நாட்களெல்லாம் பழக்கத்துக்காய் படிப்பேன். இனி அடுத்த காரணத்துக்கு வருகிறேன்.

பழக்கம். தொடர்ந்து தினமும் படித்தால் வாசிப்பு அந்த குறிப்பிட்ட நூல், அதிலுள்ள விசயத்தை கடந்த ஒரு அனுபவமாய் மாறும். வெறுமனே சொற்களை உருப்போடுவதே தம்புராவை மீட்டி ஸ்ருதி சேர்ப்பது போன்ற அனுபவம் தான். நான் கல்லூரியில் படிக்கையில் வாரத்துக்கு ஒரு 500 பக்கம் நாவலை படித்துக் கொண்டிருப்பேன். ஒரு கோடை விடுமுறை ஒன்றின் போது தல்ஸ்தாயின் ”போரும் வாழ்வும்” நாவலை இரண்டாம் முறையாய் தினமும் படித்து இரு வாரங்களில் முடித்தேன். காலை எழுந்து சாப்பிடுவது பிறகு வாசிப்பது, யாரிடம் பேசுவதோ டிவி பார்ப்பதோ நாளிதழ் பார்ப்பதோ இல்லை. அப்படி வாசிக்க முடிந்தது. ஆனால் பத்து வருடங்களுக்கு பிறகு என்னால் 200 பக்கங்களுக்கு மேல் படிக்க முடியவில்லை. மூடி வைத்து விட்டு அடுத்த நூலுக்கு போய் விடுவேன். முன்பு 10 மணிநேரம் தொடர்ந்து படிப்பது எளிது. இப்போது 2 மணிநேரத்தில் களைத்து போனேன். இது பழக்கம் விட்டுப் போனதால் தான். நாவல் படிப்பது ஜிம்மில் வெயிட் தூக்குவது போல. எடுத்த எடுப்பில் 10 கிலோவே தாங்க முடியாது. ஆனால் போக போக 30 கிலோ கூட பொருட்டாய் இருக்காது. உங்களுக்கு பழக்கம் விட்டு போயிருக்கலாம்.

நாம் பெரும்பாலும் தேவையில்லாத புத்தகங்களையே படிக்கிறோம். ஒரு புத்தகம் நம் மனதுக்கு அல்லது வாழ்க்கைக்கு அவசியமான ஒரு பாடத்தை தனக்குள் கொண்டுள்ளது என்பது என் நம்பிக்கை. ஆனால் இந்த பாடங்கள் எல்லாருக்கும் பொருந்தாது. எனக்கு தெளிவு தரும் நூல் உங்களுக்கு குழப்பம் தரலாம். உங்களை மகிழ்ச்சியாக்கும் நூல் என்னை கசப்பில் ஆழ்த்தலாம். எழுத்தின் தரத்தை அடுத்து அதன் மைய சேதி/ விவாதம் தான் நம்மை அதை நோக்கி ஈர்க்கிறது. இப்போது நீங்கள் வாசிக்கும்

நூல்கள் உங்களது தனிப்பட்ட தேடலுடன் சம்மந்தப்பட்டதா எனப் பாருங்கள். முதுகலை ஆங்கிலம் படிக்கும் போது எனக்கு செரியன் குரியன் என ஒரு பேராசிரியர் இருந்தார். அவர் வகுப்பில் நானும் என் நண்பனான பிரகாஷ் பத்ரா எனும் வங்காளியும் அடிக்கடி கேள்வி கேட்டு விவாதத்தில் பங்கு கொள்வோம். நாங்கள் பேசுவதையெல்லாம் பிற மாணவர்கள் மனிதக்குரங்குகள் தமக்குள் சண்டைப் போடுவதை வேடிக்கை பார்ப்பது போல் எங்களை கவனிப்பார்கள். பேராசிரியரின் வீட்டிற்கு சென்றிருந்த போது நான் அவரிடம் ஏன் சகமாணவர்கள் விவாதங்களில் பங்கெடுப்பதில்லை, ஏன் அவர்களுக்கு எங்கள் அளவுக்கு இலக்கிய ஆர்வமில்லை என கேட்டேன். அவர் சொன்னார் “உனக்கும் பத்ராவுக்கு தத்துவத்தில் பிடிப்பு இருக்கிறது. வகுப்பில் நான் அது சார்ந்து பேசும் போது கேள்வி கேட்கிறீர்கள். பிற மாணவர்களுக்கு தத்துவ ஈடுபாடு இல்லை. மற்றபடி உங்களுக்கும் அவர்களுக்கும் வேறுபாடு இல்லை”. இந்த பதில் எனக்கு அப்போது அபத்தமாய் பட்டது. ஆனால் இப்போது புரிகிறது. நீங்கள் தடவியல் சார்ந்த ஒரு நூலை ஒரு வெல்லகட்டியை சப்புவது போல் ரசித்து படிக்கலாம். எனக்கு அதே நூல் அலுப்பாக இருக்கலாம்.

தேவை எது என அறிவது முக்கியம். இப்போது நீங்கள் வாசிக்கும் நூல்களை ஒதுக்கி விட்டு உங்களைத் தூண்டும் புது நூல்களை கண்டடையுங்கள். அவை ஏன் ஈர்க்கின்றன என யோசியுங்கள். எந்த துறை சேர்ந்த, எம்மாதிரி மொழியில், பார்வையில், தொனியில் எழுதப்பட்டவை அவை? அம்மாதிரி நூல்களை தொடர்ந்து படியுங்கள்.

ஒருவேளை நீங்கள் ஒரே மாதிரியான புத்தகங்களை படித்துக் கொண்டிருக்கலாம். பரந்து பட்டு படியுங்கள். ஒன்றோடு ஒன்று சம்மந்தமில்லாத நூல்களை எந்தளவு படிக்கிறீர்களோ அந்தளவு புத்துணர்வோடு இருப்பீர்கள். மாறுபட்டு வாசிக்கும் நண்பர்களை பழக்கம் செய்து கொண்டு அவர்களின் பரிந்துரையை கவனியுங்கள். தமிழில் ஒரு பிரச்சனை: சிலர் நாவல் மட்டுமே படிப்பார்கள். சிலர் சிறுகதைகளைத் தாண்டி அக்கறைப்பட மாட்டார்கள். சிலர் செய்திக்கட்டுரைகள் அன்றி வேறெதுவும் சீண்ட மாட்டார்கள். சில ஆய்வாள நண்பர்கள் ஆய்வு நூல்கள் அன்றி வேறு படிக்க மாட்டார்கள். இந்த மாதிரி சாமியார்த்தனம் நல்லதல்ல.

உங்களுக்கு சம்மந்தமே இல்லாத ஒரு நூலை படியுங்கள். நான் சமீபமாய் ஒரு நூல் படித்தேன். அதை எழுதியவர் எழுத்தாளர் அல்ல. சாமான்ய மனிதர். பெயர் பிராங்கோ. அவர் மொழி ரொம்ப தட்டையாய் சிலநேரம் பிழையாய் இருந்தது. அவரே அதை மின்நூலாய் பிரசுரித்திருந்தார். தலைப்பு *Seduction: Getting the Good Girls.* இந்த நூலையெல்லாம் படிக்கும் படி உங்களுக்கு யாரும் பரிந்துரைக்க மாட்டார்கள். ஆனால் எனக்கு இது ரொம்ப நல்ல நூலாக பட்டது. பெண்கள் பற்றி ஒரு அற்புதமான புரிதலை எனக்குத் தெரிந்தது. அதிலுள்ள பல பரிந்துரைகள் இந்த ஜென்மத்தில் என்னால் நடைமுறைப்படுத்த இயலாது. ஆனாலும் எனக்கு அருமையான வாசிப்பு அனுபவத்தை தந்தது. சுத்தமாய் உங்களுக்கு சம்மந்தமே இல்லாத நூல் கூட உங்களுக்கு உவகை அளிக்கலாம்.

சிலநேரம் உங்களுக்கு மனம் சஞ்சலமுற்றிருந்தால், பதற்றமும் நெருக்கடியும் அதிகமானால் வாசிப்பு சுகமில்லாமல் போகும். அப்போது உங்கள் மனநிலைக்கு ஏற்ற ஒரு நூலை படியுங்கள். சமீபமாய் நான் ஜுரம் வந்து படுத்திருந்தேன். எனக்கு அப்போது "குற்றமும் தண்டனையும்" வாசிக்கும் ஆசை வந்தது. அந்நாவலில் பிரதான பாத்திரமான ரஸ்கோல்நிக்கோவ் முழுநேரமும் ஜுரத்தில் இருப்பான். ஜுர உச்சத்தில் மனம் குழம்பி உன்மத்தமாய் நடந்து கொள்வான். இது எனக்கு அந்நேரம் படிக்க ஆசுவாசமாய் ஆர்வமூட்டுவதாய் இருந்தது. உங்களுக்கு காதல் சோகை என்றால் இமையத்தின் "எங் கதெ" படியுங்கள். ஷேக்ஸ்பியரின் "ஒத்தெல்லோ", முராகாமியின் "நார்வேஜிய வனம்" படியுங்கள். நான் கல்லூரியில் படிக்கையில் ஒரு நாவல் பற்றி இவ்வாறு படித்தேன்: "இரண்டு பேரை நாம் ஒரே சமயத்தில் ஒரே போன்ற தீவிரத்துடன் உண்மையுடன் காதலித்தால் என்னவாகும் என்பதை இந்நாவல் பேசுகிறது". உடனே ஒரு நண்பரிடம் அந்நாவலை வாங்கி வாசித்தேன். அப்படித் தான் தஸ்தாவஸ்கியின் "பேதை" எனக்கு அறிமுகமானது. சிறந்த புத்தக பட்டியலில் உள்ளதால் ஒரு நூலை நாம் படிக்க தேவையில்லை. நமக்குத் தேவையான ஒன்று அதில் இருக்க வேண்டும்.

நான் இடைவெளியின்றி படித்து வருகிறேன். முக்கிய காரணம் நான் எழுதுவது தான். என்ன மாதிரி புத்தகங்கள் வருகின்றன,

எழுத்தின் போக்கு என்ன என அறியும் தேவை எனக்கு உள்ளது. வாசிப்பதற்கு ஒரு நோக்கம் வேண்டும். சும்மா ஜாலிக்கு வாசித்தால் கொஞ்ச நாளில் அது அலுத்து விடும். உதாரணமாய், நீங்கள் போர் சம்மந்தமான அல்லது சோதிடம் சம்மந்தமான சில நூல்களை தேர்ந்து படிக்கலாம். அது குறித்து குறிப்பெடுக்கலாம். ஒரு குறிப்பிட்ட காலத்துக்குள் வாசித்து முடிப்பேன் என இலக்கு வைத்துக் கொள்ளலாம். இது உங்கள் வாசிப்பை ஒரு சாகசப் பயணம் போல் ஆக்கும்.

கடைசியாக ஒன்று. சற்று சிரமமான (புரியாத அல்ல) நூல்களை அவ்வப்போது படிப்பது நல்லது. மொழி அளவில் அல்லாமல் கூறுபொருளைப் பொறுத்து மாறுபட்ட அடர்த்தியான நூல்களை பரீட்சார்த்த முயற்சியாய் படித்து பாருங்கள். முதலில் புரியாவிட்டால் தொடர்ந்து முயலுங்கள். ஒரு சிக்கலான நூலைப் படித்து முடிக்கும் உவகை பத்து ஆர்வமூட்டும் எளிய நூல்களை படிப்பதை விட மேலானது. நீங்கள் படிக்கிற நூல்கள் எல்லாம் உங்களுக்கு எளிதில் புரிகிறது என்றால் உங்கள் வாசிப்பில் ஏதோ சிக்கல் என்று பொருள். நம் ஈகோவை உடைக்கிற, நம்மை குழப்புகிற நூல்கள் நம்மை புதிய மனிதனாக்கும். ஒரு நல்ல வாசகனுக்கு "அட எனக்கு ஒண்ணுமே தெரியலியே" எனும் வியப்புணர்வு எப்போதும் இருந்து கொண்டிருக்க வேண்டும். அந்த விடுதலை உணர்வுக்காகத் தான் வாசிக்கிறோம்.

வாசிப்பு குறித்த செண்டிமெண்டுகள்

“தினமும் சில பக்கங்களாவது படிக்க வேண்டும், வாரம் ஒரு நாவலாவது படிக்க வேண்டுமென நினைப்பேன்; ஆனால் நடக்காது; ஏதாவது ஒரு வேலைப்பளு வந்து என்னை திசை திருப்பி விடும்” என்றெல்லாம் சிலர் அங்கலாய்ப்பதைக் கேட்டிருக்கிறேன். புத்தக வாசிப்பை ஏதோ தெய்வத்துக்கு பூஜை செய்வதைப் போல செய்பவர்களைக் கண்டிருக்கிறேன். தாம் வாசிக்கும் போது யாராவது குறுக்கிட்டால் ஏதோ குரல் வளையைப் பிடித்தது போல கத்தி கூப்பாடு போடும் சில நண்பர்கள் எனக்கு உண்டு. ஒரு பத்து பக்கம் படித்து விட்டு அதையே சிலாகித்து பத்து நாள் பேசுகிறவர்களைத் தெரியும். எனக்கு இத்தகைய செண்டிமெண்டுகள் எல்லாம் கிடையாது.

சில நாட்கள் நான் வாசிப்பதில்லை. அந்த சில நாட்கள் சிலநேரம் வாரங்களாய் வாசிப்பின்றி நீளும். திடீரென ஓய்வாய் சோம்பலாய் வாசித்தபடியே இருப்பேன். வாசிப்பு அதன் இயல்புப்படி நிகழ வேண்டும் என எண்ணுவேன்.

வாசிப்பினால் எதையும் குறிப்பாய் பெற முடியாது; ஆனால் உணர்வுகளை தீவிரப்படுத்தவோ சிந்தனையை கூர்மையாக்கவோ அது உதவலாம் என நம்புகிறேன். வாசிப்பு மனதுக்கு நாம் செய்யும் ஒரு “உடற்பயிற்சி”.

தண்ணீர் மொண்டு குடிக்க கோப்பை உதவுகிறது; வாசிக்க புத்தகம் பயன்படுகிறது. ஆனால் கோப்பையினால் தண்ணீர் வருவதில்லை; கோப்பை தண்ணீரும் அல்ல. அதே போன்றே புத்தகம் வழியாய் அறிவும் நுண்ணுணர்வும் சிந்தனைப் பயிற்சியும் கிடைக்கலாம் (கிடைக்காமலும் போகலாம்); ஆனால் அதற்காய் அந்த அறிவையும் இன்னபிறவற்றையும் தந்தது அந்த புத்தகம் அல்ல. அதனால் தான் நான் புத்தகங்களை வணங்குவதோ போற்றிப் பாதுகாப்பதோ இல்லை.

ஒரு புத்தகத்தை ஒரு கோப்பையோடு ஒப்பிட்டேன். நீங்கள் மொண்டு குடிப்பது கழிவு நீரை என்றால் அது உங்கள் உடல்நலனை அது கெடுக்கும். ஆக, எல்லா வாசிப்பும் நல்ல வாசிப்பல்ல.

இந்த பதிவில் நான் கேட்க உத்தேசிப்பது ஒரு கேள்வியே: வாசிப்பு எப்போது கேடாக முடிகிறது? எப்போது நம்மை மேம்படுத்துகிறது?

முகநூலில் நாம் என்ன செய்கிறோம்? நிறைய நிறைய வாசிக்கிறோம். விவாதிக்கிறோம்; கேலி, கிண்டல், விளையாட்டு என பொழுதைக் கழிக்கிறோம். அங்கு நிகழ்வது வாசிப்பும் எழுத்துமே. ஆனால் டிவியை விட அது அதிக போதையானது, நேரத்தை உறிஞ்சிவது, நம்மை பேதலிக்க வைப்பது என நினைத்து அடிக்கொரு தரம் டீ-ஆக்டிவேட் செய்து விட்டு வெளியேறுகிறோம். ஆனால் யாரும் டிவியைக் கண்டு அஞ்சி அதைப் போட்டு உடைப்பதில்லை. ஆனால் பேஸ்புக்கை பலமுறை அன்-இன்ஸ்டால் பண்ணி விட்டு விரல் பதற காத்திருப்பவர்களை எனக்குத் தெரியும். ஏன் வாசிப்பும் எழுத்தும் நமக்கு இங்கு இன்னல் தருகிறது?

ஏனென்றால் மிதமிஞ்சிய கேளிக்கையாக வாசிப்பும் எழுத்தும் மாற முடியும் என பேஸ்புக் காட்டுகிறது. இரண்டும் சூதாட்டத்துக்கு நிகராக நம்மை அடிமையாக்க முடியும்.

ஆனால் எல்லா பேஸ்புக் பதிவுகளையும் இந்த வகையில் சேர்க்க முடியாது. நான் பல நல்ல குறுங்கட்டுரைகளை, குறுங்கதை, கவிதைகளை தொடர்ந்து பேஸ்புக்கில் படிக்கிறேன். ஆனால் எப்போதும் அப்படியான நல்ல எழுத்து ஒரு சின்ன வட்டத்துடன் நின்று போகிறது.

இது பேஸ்புக்கின் சிக்கல் மட்டுமல்ல. பத்திரிகை, வார இதழ்கள், இலக்கிய நடுநிலை இதழ்கள், சில தீவிர சிறுபத்திரிகைகள் கூட இந்த வகையில் சேரும். அதாவது, தமிழில் வெளியாகும் வார மாத இதழ்களை மட்டுமே நீங்கள் தொடர்ந்து படித்தால் பித்து பிடித்து ஏதாவது தண்ணீர் லாரிக்கு முன்னால் விழுந்து செத்துப் போவீர்கள். ஏனெனில், இவை எவையும் நமக்கு சவால் அளிப்பதில்லை.

சவாலை இரண்டு வகையாக பிரிக்கலாம் – அ) உணர்வுரீதியான சவால், ஆ) புத்திக்கு சவால்.

நம் உணர்வுகள் முன்னுக்குப் பின் முரணானவை. நல்ல எழுத்து இந்த சிக்கலான (அ) உணர்வு நிலையை படம்பிடிக்கும். உ.தா., "அன்னா கரனீனாவில்" அன்னா தன் கணவனையும் குழந்தையையும் உதறி காதலனுடன் ஓடிப் போகிறாள். அந்தளவு அவள் காதல் உக்கிரமானது, உண்மையானது. அவளது காதல் வாழ்வு மிகவும் கொந்தளிப்பாகவும் ஆழமான சுகம் அளிப்பதாகவும் உள்ளது. ஒரு நாள் உணவகம் ஒன்றில் அன்னாவும் அவளது காதலனும் ஜாலியாக அன்பாய் பேசிக் கொண்டிருப்பதைக் காணும் ஒரு பரிச்சயக்காரர் தன் நண்பரிடம் இவ்வாறு கூறுகிறார்: "இந்த உறவு நீண்ட நாள் நீடிக்காது. இவர்கள் விரைவில் பெரும் துயரத்தைத் தழுவுவார்கள்." உடனே நண்பர் அது எப்படி, இருவரும் தான் அன்யோன்யமாய் இருக்கிறார்களே எனக் கேட்கிறார். உடனே இவர் சொல்கிறார், "மிதமிஞ்சிய மகிழ்ச்சியை மனித மனத்தால் தாங்க முடியாது. அது தன்னை அறியாது குற்றவுணர்வு கொள்ளும், உடனே வேதனையையும் சுய அழிவையும் கோரும். மிதமான மகிழ்ச்சியே நீடிக்கும்." அவ்வாறே நிகழ்கிறது. குற்றவுணர்வும் மகனைப் பிரிந்து வேதனையையும் அன்னாவை வாட்டுகிறது. அந்த தாம்பத்ய மகிழ்ச்சிக்கு தான் உகந்தவள் அல்ல என அவளுக்குத் தோன்றுகிறது. அவள் பதறுகிறாள்; தவிக்கிறாள்; அவளால் தன் காதலனை விடவோ தன் குழந்தையை அடையவோ முடியாது. ஒரு கட்டத்தில் அவளது எரிச்சலான நடவடிக்கைகள் தாங்காமல் அவளது காதலனும் அவளிடம் கோபிக்கிறான். அவள் சட்டென முடிவெடுத்து ரயிலுக்கு தலை கொடுத்து உயிர் விடுகிறாள்.

அன்னா ஏன் அப்படி செய்தாள் எனும் கேள்விக்கு எளிதாய் விடை சொல்லலாம். ஆனால் அந்த விடை திருப்தி அளிக்காது. அது ஒரு மர்மமாகவே நீடிக்கிறது. ஏனெனில் அன்னாவின் மனம் முரண்பட்ட உணர்வுகள் நிரம்பியது. அன்னாவைப் பற்றி எழுதும் தல்ஸ்தாயும் அவ்வளவு முரண்பாடுகளையும் தன் எழுத்தில் கொண்டு வருகிறார். இந்த நாவல் நிச்சயம் உணர்வுரீதியாய் நமக்கு சவாலானது. நம்மை திடுக்கிடவும் குழப்பவும் கண்ணீர் விடவும் செய்வது. நாம் பார்க்கும் மனிதர்களையும் இந்தளவு சிடுக்குகளுடன் புரிந்து கொள்ள தூண்டுவது. ஆகையால், அது நல்ல வாசிப்பு.

(ஆ) புத்திக்கு சவால் அளிப்பவை எவை என்பது உங்களது புத்திசாலித்தனம், சிந்தனைத் திறன், மற்றும் ஜீரண சக்தியைப் பொறுத்தது.

நமக்குப் புரிகிற ஆனால் முழுக்க புரியாத தெரியாத ஒன்றை ஒரு புத்தகம் சொல்லும் போதே நாம் ஒருவித மனத்திளைப்பை அடைகிறோம். இது உடலுறவு உச்சத்துக்கு இணையானது. எனக்கு தத்துவ நூல்கள் அப்படி அபாரமான திகைப்பை, திகிலை, பல குழப்பங்களை அளிக்கின்றன. ஒவ்வொரு பத்தியை படித்து முடிக்கையிலும் என் புத்திசாலித்தனமும், சிந்தனை ஆழமும் கூடி விட்டதாய் உணர்கிறேன்.

நேற்று *TheWire.in* இதழில் *Remembering B.P. Mandal* எனும் கட்டுரையை படித்தேன். அது என்னை சவாலுக்கு இழுக்கவோ ஆச்சரியப்படுத்தவோ இல்லை. அதைப் படிக்காமலே கூட இப்படித் தான் இருக்கும் என ஊகித்து விடலாம். பல தலைவர்களுக்காய் எழுதப்படும் அஞ்சலிக் கட்டுரைகளும் அப்படியே தாம். ஆனால் இதே மண்டல் கட்டுரையையே ராஜ் கௌதமன் எழுதினால் நம்மை திகைக்க செய்வார்; புதிய பார்வையில் யோசிக்க தூண்டுவார்.

நல்ல வாசிப்பை நான் இப்படி புரிந்து கொள்கிறேன். ஜிம்மில் நாம் பத்து கிலோ வெயிட்டை தினமும் தூக்குகிறோம் என்றால் ஒரு நாள் கூடுதலாய் ரெண்டரை கிலோ சேர்த்து பன்னிரெண்டரையாக தூக்கிப் பார்க்க வேண்டும். அல்லாவிட்டால், தினமும் 10 கிலோவையோ தூக்கினால், உடற்பயிற்சி வீண். நமது நாள், வார, மற்றும் மாத இதழ்களும் முகநூலும் ஏன் ஒருவித போதை நிலையிலேயே நம்மை வைத்து கெடுக்கின்றன என்றால் இதனால் தாம். அவை நம்மை சற்றும் சோதிப்பதோ சிரமப்படுத்துவதோ இல்லை.

நமக்குப் பரிச்சயமில்லாத ஏதாவது துறைகள் சார்ந்த நூல்களும் அவ்வாறே நல்ல வாசிப்புக்கு உதவும். உ.தா., புகைப்படக் கலையின் தொழில்நுட்பங்களைப் பற்றின ஒரு கட்டுரை நமக்கு மனக்கிளர்ச்சியை, அறிவு வளர்ச்சியை அளிக்கும். அதாவது, நீங்கள் ஒரு குறிப்பிட்ட துறை குறித்து தொடர்ந்து வாசிப்பவர் என்றால் அதை நிறுத்தி விட்டு புதுத் துறைகளில் படியுங்கள். தினமும் விழிப்பிலும் உறக்கத்திலும் ஒன்றையே படித்து அதையே பேசினால் அது மூளையை மழுங்கடித்து உங்களையும் முரடு தட்டிப் போகச் செய்யும்.

நான் என் பல்கலையில் வாய்ப்பு கிடைத்தால் சமூகவியல் வகுப்புகளுக்கு போய் அமர்வேன். ஒரு இலக்கிய வகுப்பை விட எனக்கு பல மடங்கு ஆர்வமூட்டுபவை இந்த வகுப்புகள்.

ஆக, தினமும் வாசிப்பதோ ஒரு நூலகத்தையோ படித்து முடிப்பதல்ல முக்கியம். அது ஒருவித சோம்பலான பழக்கமாக மாறி அது உங்களை அழித்திடலாம். எந்த நூலை கையில் எடுத்தாலும் அது கீழ்வரும் தகுதிகளைக் கொண்டிருக்கிறதா எனப் பார்த்துக் கொள்ளுங்கள்:

அது உங்களை ஆச்சரியப்படுத்துகிறதா?

உங்கள் வழக்கமான ரசனையை மறுபரிசீலனை செய்ய தூண்டுகிறதா?

அது உங்களுக்கு கொஞ்சம் புரிவதாயும் கொஞ்சம் புரியாததாகவும் உள்ளதா?

அது உங்கள் கருத்தியலை, நம்பிக்கைகளை அசைப்பதாய், கேள்விக்குட்படுத்துவதாய் உள்ளதா?

அது உங்களை முரண்பட்ட உணர்வுச் சுழலுக்குள் தள்ளுகிறதா?

அது யோசித்து விவாதித்து புரிந்து கொள்ளும்படியாய் உள்ளதா?

இக்கேள்விகளுக்கு ஆம் எனும் பதில் கிடைத்தால் நீங்கள் சரியான நூல்களைப் படிக்கிறீர்கள் எனப் பொருள். இல்லை எனில் நீங்கள் டீ-ஆக்டிவேட் செய்ய வேளை நெருங்கி விட்டது!

இன்று வாசிப்பு குறைந்துள்ளதா?

தடம் இதழ் நிறுத்தப்பட்டதைப் பற்றின தனது பிளாக் பதிவில் வா. மணிகண்டன் இது இன்று வாசிப்பு குறைந்துள்ள நிலையில் ஏற்பட்டுள்ள தவிர்க்க முடியாத விளைவு என சொல்லி உள்ளார். இன்று யாரும் வாசிப்பதில்லை, அதிக நேரம் மொபைலில் எதையாவது பார்த்தபடி இருக்கிறார்கள், காணொளிகள் அதிகம் மக்களை போய் சேருகின்றன, அச்சுப்பத்திரிகைகள், புத்தகங்களுக்கு இனி எதிர்காலம் உண்டா என்பது ஐயமே என்கிறார். எனக்கு இது மிகைக்கூற்றாக படுகிறது.

இன்று நாம் அதிக நேரம் டிஜிட்டல் ஊடகங்களில் இருக்கிறோம் என்பது நிதர்சனம். ஆனால் அந்த “நேரம்” எதற்கான எதற்கான நேரம் என நாம் கேட்க வேண்டும். அது வாசிப்புக்காக நான் இத்தனைக் காலமும் ஒதுக்கி வைத்திருந்த நேரமா? இல்லை.

அது நாம் வெளியே சுற்றுவதற்கு, நண்பர்களுடன் வெட்டி அரட்டை அடிப்பதற்கு, டி.வி பார்ப்பதற்கு, திரையங்கில் ஒரு மணிநேரம் காத்திருந்து டிக்கெட் வாங்கி படம் பார்ப்பதற்கு வீணடித்த நேரம் அது; காதலியை ஒரு கணம் பார்ப்பதற்காக மணிக்காய் பைக்கில் அலைந்த, வெட்டியாய் பேருந்தில் ஏறி திரிந்த காலம் அது. அது தெருமுனையில் நின்று வருவோர் போவோரை எல்லாம் காரணமின்றி பார்த்து காரணமின்றி அவர்களைப் பற்றி யோசித்து காரணமின்றி அவர்களைப் பற்றி வம்பு பேசிக் கழிக்க நேரம். அது அரசியல் கூட்டங்களில் கால்கடுக்க நின்று புரிந்தும் புரியாமலும் கேட்ட நேரம். அது உறவினர் வீடுகளுக்கு நேரம் கிடைக்கும் போதெல்லாம் படையெடுத்து தொந்தரவு செய்த, ஒவ்வொரு விழாவுக்கும், சடங்குக்கும் தவறாது போய் “கை நனைத்த” நேரம். இந்த நேரத்தை தான் நாம் இப்போது டிஜிட்டல் காலவெளியில் தொலைக்கிறோம்.

ஏன் நாம் பேசும் நேரம் குறைந்து போய் அந்த நேரத்தை டிஜிட்டல் ஊடகங்கள் அபகரித்து விட்டதைப் பற்றி பேச மாட்டோம் என்கிறோம்?

நான் என் பிளாகை தொடங்கி சுமார் பத்து வருடங்கள் ஆகின்றன. ஒரு மாதம் என் பிளாகை படிக்க வருகிறவர்களின் எண்ணிக்கை வெகுவாக குறைந்து விட்டதாக நான் கருதவில்லை. அது நிலையாகவே இருக்கிறது. ஒரு பரபரப்பான விசயத்தைப் பற்றி நான் எழுதினால் அதைப் படிக்க வருபவரின் எண்ணிக்கை என்ன, இலக்கியத்தனமான எழுத்துக்கான வாசகரக்ளின் எண்ணிக்கை என என நன்றாக அறிவேன். இதுவும் மாறவில்லை.

டிஜிட்டல் ஊடகங்களால் வாசிப்பு கூடியிருக்கிறது என்பதே நிஜம். ஆனால் இது "இலக்கிய தத்துவ தீவிர" வாசிப்பு அல்ல. அது கேளிக்கைவாசிப்பு. தகவல்அறிவதற்கானவாசிப்பு. இந்தடிஜிட்டல் ஊடகங்களால் அச்சு நாளிதழ்களின் இருப்பும் ஒரேயடியாக காலியானதாக தெரியவில்லை. இன்றும் ஒரு நாளைய செய்திகளை ஒருமித்து படிக்க, அறிவார்ந்த விவாதங்களை அறிய விரும்புவோர் நாளிதழ்களை வாங்கியே ஆக வேண்டும். அதுவே படிக்க எளிதாக வசதியாக உள்ளது. ஹிந்து நாளிதழை புரட்டி படிப்பதை விட அதன் இணையதளத்தில் ஒவ்வொரு செய்தியாக கிளிக்கி வாசிப்பது சிரமமாக இருக்கிறது. இந்த நாளிதழ்கள் கூடுதலாக டிஜிட்டல் தளங்களை உண்டுபண்ணி தம் வருமானத்தை பெருக்கி இருக்கின்றன. இன்று நாம் தகவலறிய, பொழுதுப்போக்கிற்காக கூடுதல் நேரத்தை, முன்பை விட பல மடங்கு அதிகமான நேரத்தை, செலவழிக்கிறோம். இது நம் நடைமுறை வாழ்க்கையையே இலக்கியத்தை விட அதிகமாக பாதிக்கிறது. உதாரணமாக, இரவு படுக்கையில் முகநூலில் உலவும் தம்பதியினர் செக்ஸ் வைத்துக் கொள்வது குறையும். பேசுவது அறவே நின்று போகும். குழந்தைகள் சதா யுடியூபிலும் செயலிகளிலும் பொழுதுபோக்கை நாடும் போது அவர்கள் விளையாடுவது குறையும், பிறருடன் பேசுவது குறையும். அவர்களின் உடல் / மன ஆரோக்கியமும் பேச்சுத்திறனும் பாதிக்கப்படும். இது இலக்கியவாதிகளுக்கான அபாயம் அல்ல உண்மையில்.

புத்தக விற்பனை குறைந்துள்ளதா? நீங்கள் தொண்ணூறுகளுடன் ஒப்பிட்டால் கடந்த இரு பத்தாண்டுகளில் புத்தக விற்பனை பெருகி உள்ளது. ஆனால் லாபம் பெரிதாக இல்லை. அதற்கு நமது பொருளாதார வீக்கம், தாளின் விலை, புத்தகங்களை குடௌனில் வைத்திருக்கும் செலவு, போக்குரவத்து மற்றும் ஊழியர்களின்

சம்பள செலவு ஆகியவை அதிகரித்து விட்டது தாம் காரணம். இதுவே எதிர்காலத்தில் டிஜிட்டல் வாசிப்பை லாபகரமாக்கும் என நினைக்கிறேன். (இனிமேல், பதிப்பகங்கள் தமக்கான செயலிகள் மூலம் புத்தகங்களை நேரடியாக டிஜிட்டலில் வெளியிடும்.)

அதாவது வாசிப்பு பெரிதாக கூடவும் இல்லை, குறையவும் இல்லை. அது ஒரு பண்பாட்டு சிக்கல். இங்கு என்றைக்குமே பெரிதாக வாசிக்கும் சூழல் இருந்ததில்லை. ஆனால் கேரளாவில் நிலைமை எப்படி என நாம் விசாரித்து பார்க்கலாம். அங்கு புத்தக விறபனை பெரிதாக சரிந்துள்ளதா என கேட்கலாம். தாமஸ் ஜோசப் எனும் நோயினால் நலிவுற்ற மலையாள படைப்பாளியைப் பற்றி குறிப்பொன்றில் ஷாஜி இந்த படைப்பாளியின் நூல் ஒன்றை அவரது நண்பர்கள் வெளியிட்டு அதிலிருந்து வரும் பணத்தினால் அவருக்கு உதவப் போவதாக சொல்லுகிறார். இதை நீங்கள் தமிழில் பண்ண முடியாது. இங்கு ஒரு எழுத்தாளனின் புத்தகங்களை பிரசுரிப்பதே பெரிய சேவை. அதில் இருந்து வரும் வருமானத்தைக் கொண்டு அவனுக்கு ஒரு வேளை சோறு மட்டுமே வாங்கித் தர முடியும். மருத்துவ சிகிச்சை எல்லாம் சாத்தியமில்லை. ஆக, கேரளாவின் வாசிப்பு சூழலும் ஒரேயடியாக மண்ணோடு மண்ணாகவில்லை என தெரிகிறது. (நண்பர்கள் அமெரிக்காவிலும் பிரான்சிலும் நிலைமை என்ன எனவும் விசாரிக்கலாம்.)

இறுதியாக, காணொளிகளின் தாக்கம் பற்றியும் பேச வேண்டும். ஒரு கருத்தை எழுதி பிரசுரிக்கும் அளவுக்கு அதை காணொளியாக பதிவு பண்ணி பதிவேற்றுவது சுலபமாக இல்லை. மேலும் எழுத்தில் உள்ள ஒரு *anonymity* காணொளியில் இல்லை. காணொளி இன்று ஒரு நல்ல பாதை. அதிக பேரை போய் சேர முடிகிற பாதை. ஆனால் அது எழுத்தை முழுக்க அழித்து விடும் என நான் நம்பவில்லை. உ.தா., நீங்கள் ஒரு கவிதையை பற்றி ஒரு காணொளி வெளியிட்டால் அதை பார்க்கிறவர்களின் எண்ணிக்கை வெகுவாக கூடி விடாது. ஆனால் பாஜகவின் குழலூதியாக மாறி (மாரிதாஸ் போல) பரபரப்பான விசயங்களை பேசி காணொளி வெளியிட்டால் அது அதிக பேர்களை போய் சேரும். ஏனென்றால் அதுவே அதற்கு சரியாக ஊடகம். முன்பு முச்சந்தி கட்சி பிரசங்கிகள் எடுத்தும் கொண்டிருந்த இடத்தை (எழுத்தை விட) காணொளியே சரியாக அளிக்க முடியும் இல்லையா? அந்த இடம் இலக்கியத்துக்கான இடம் அல்ல. அந்த நேரமும் இலக்கியத்தின் நேரம் அல்ல.

இறுதிக்கும் "இறுதியாக" ஒரு விசயத்தை ஏற்கத் தான் வேண்டும். நீண்ட தீவிர உரையாடல்களுக்கு எதிரான ஒரு சிதறல் மனநிலையை இன்று ஊடகங்கள் கட்டமைக்கின்றன. இது நமது பண்பாட்டை பலவிதங்களில் பாதிக்கும். ஒருவேளை பல லட்சம் பேர் இலக்கியமும் தத்துவமும் படிக்கிற ஒரு ஆரோக்கியமான நிலையை எதிர்காலத்தில் தமிழகம் அடையாமல் இந்த சூழல் தடுக்கலாம். உலகம் முழுக்க இதன் தாக்கம் இருக்கும். ஆனால் இதையும் நாம் அறுதியாக கூறி விட முடியாது. தத்துவஞானி ஸிஸெக் அமெரிக்காவில் ஒரு அரங்கில் உரையாற்றினால் அதைக் காண அங்கும் ஆயிரக்கணானோர் காசு கொடுத்து திரள்கிறார்கள். அது பற்றி செய்தி வரவும் செய்கிறது.

பொழுதுபோக்கும் அறிவுச்செயல்பாடுகளும் தத்தம் அளவுகளில் இன்று குறைவின்றி தொடர்கின்றன. பேஸ்புக்கால் வாசிக்க அல்ல, "வாழத்" தான் நேரமில்லாமல் போகிறது!

நினைவுத்திறனும் வாசிப்பும்

அபிலாஷ் சார்.

வணக்கம், எனக்கு நீண்ட நாளாக ஒரு சந்தேகம். இது சிறுபிள்ளைத் தனமான சந்தேகமோ என்றெனக்கு தோன்றியதால், உங்களிடம் இதைப் பற்றி கேட்டதேயில்லை. இதற்கு கொஞ்சம் விரிவான பதிலெழுதுங்களேன். நான் இப்போதெல்லாம் நிறைய வாசிக்கிறேன். படிக்கும் போது எல்லா புத்தகங்களுமே ஆர்வமாக, சுவாரஸ்யமாக இருக்கின்றன. ஆனால் சில மாதங்களுக்கு முன்போ, அல்லது போன வருடமோ வாசித்த ஒரு புத்தகத்திலிருந்து எதாவது சம்பவங்களையோ, தகவல்களையோ நினைவு படுத்திப் பார்த்தோமேயானால், துல்லியமாக நினைவு படுத்த முடியவில்லை. அவை மேலோட்டமாக தான் நினைவில் இருக்கின்றன. நிறைய மறந்தே போய்விடுகிறது.

இதைப்பற்றி புத்தகம் வாசிக்கும் என்னுடைய சில நண்பர்களிடம் கேட்ட போது அவர்களுக்கும் அப்படியே இருப்பதாக கூறினர். ஆனால் ஜெயமோகன், எஸ்.ராமகிருஷ்ணன் போன்ற எழுத்தாளர்கள் தாங்கள் எப்போதோ படித்த புத்தகங்களை கூட துல்லியமாக நினைவில் வைத்து அதில் உள்ளதகவல்களைவிரிவாக பேசுகிறார்களே, எழுதுகிறார்களே. அது எப்படி? ஜெயமோகனின் இணையத்தை தினமும் படிப்பேன். அவர் இதுபோல நிறைய புத்தகங்களை நினைவு படுத்திப் பேசுகிறார்.

நீங்கள் உடனே அவசரமாக பதில் எழுத வேண்டாம். உங்களுக்கு எப்போது ஓய்வு நேரம் கிடைக்குமோ, அப்போது எழுதுங்கள்.

நன்றி,

க.அசோக்ராஜ்

அன்புள்ள அசோக்ராஜ்

வணக்கம். உங்கள் கேள்வி முக்கியமானது. நான் சமீபமாய் வாசக சாலை நடத்திய காலபைரவன் கதைகள் பற்றின கூட்டத்தில் பேசினேன். கிரேக்க தொன்மங்கள், அதன் பின்னுள்ள கதைகள், காரணக்கள், ஐரோப்பிய, அமெரிக்க கதைகள், போர்ஹெஸ், மார்க்வெஸ், எஸ்.ரா, அசோகமித்திரன், ஜெயமோகன் என நிறைய எழுத்தாளர்களின் கதைகளை குறிப்பிட்டு மிக விரிவாய் பேசி இருப்பேன். அந்த உரை யுடியூபில் உள்ளது. அதைக் கேட்டால் உங்களுக்கு இவரால் எப்படி இவ்வளவு நூல்களை நினைவு வைத்திருந்து பேச முடிகிறது எனத் தோன்றும். ஆனால் அதற்கு தயாரிப்பதற்காய் நான் செலவழித்த உழைப்பு உங்களுக்கு தெரியாது. ஒருநாள் முழுக்க நான் அது சம்மந்தமான படைப்புகளை நினைவுபடுத்தி, புத்தகங்களை புரட்டி குறிப்புகள் எடுத்தேன். பேசும் போது அக்குறிப்புகள் தேவைப்படவில்லை என்றாலும் தயாரிப்பு நிச்சயம் உதவியது. இது ஒரு எளிய யுக்தி தான். யார் வேண்டுமானாலும் செய்ய முடியும்.

இன்றுள்ள தகவல் தொழில்நுட்ப வசதிகளைக் கொண்டு என்னால் சுலபமாய் சோழர் வரலாறு பற்றி கூட ஒரு கதை எழுத முடியும். சில நேரம் இதற்கு நீங்கள் அரைமணி செலவழித்தால் கூடப் போதும். வாசகர்களை திகைக்க வைக்க முடியும். எந்த தகவலை தேர்ந்து எங்கு எப்படி பயன்படுத்துகிறீர்கள் என்பது முக்கியம்.

இனி தயாரிப்பின்றி நினைவுகளை மீட்டெடுப்பதற்கு வருவோம். நினைவுத்திறன் இரண்டு வகை. உடனடி நினைவு, நீண்ட கால நினைவு. *Short-term memory loss* பற்றின படங்கள் நிறைய பார்த்திருப்பீர்கள். உங்களுக்கு இதை விளக்க அவசியம் இருக்காது. ஆனாலும் சொல்கிறேன் ”பிரேமம்” படத்தில் மலர் டீச்சருக்கு விபத்தில் உடனடி நினைவுத்திறன் பழுதாகும். அவரால் நிவின் பாலியை நினைவுகொள்ள முடியாது. ஆனால் மாமா மகன் நினைவில் இருப்பார். நம்மில் சிலருக்கு உடனடி நினைவுத்திறன் வலுவாகவும் சிலருக்கு அது பலவீனமாகவும் இருக்கும்.

நினைவை மேலும் பல வகைகளாய் பிரிக்கிறார்கள். முக்கியமாய் உணர்வு சார்ந்த நினைவு, தகவல் சார்ந்த நினைவு. எனக்கு தகவல் நினைவு ரொம்ப வீக். ஆனால் உணர்வுபூர்வமான

நினைவு கில்லி. பத்து வருடங்களுக்கு முன்பு நடந்த ஒரு நிகழ்வு, பேசப்பட்ட சொற்களை என்னால் துல்லியமாய் மீட்க முடியும். எனக்கு ஆறு வயதிருக்கும் போது ஒரு கான்வெண்டில் படித்துக் கொண்டிருந்தேன். அப்போது ஒரு நாள் மாலையில் வழக்கம் போல் அக்கா என்னை வீட்டுக்கு அழைத்துப் போக வரவில்லை. ஒரு இசைப்பயிற்சிக்காக அவர் தோழிகளுடன் சென்று விட்டார். என் நண்பர்கள் அனைவரும் சென்று விட்டார்கள். காலியான வகுப்பறையில் நான் தனியாக இருக்கிறேன். அங்குள்ள ஒரு ஆயா என்னை விளையாட்டு மைதானம் அருகே தூக்கிப் போய் அமர வைத்தார். எனக்கு துணையாக சில அக்காக்கள் வந்து கூட இருந்தனர். அவர்கள் என்னை அருகிலுள்ள முயல் கூண்டு ஒன்றிற்கு தூக்கிப் போய் வேடிக்கை காட்டினர். அன்று நடந்த விசயங்கள் முப்பது வருடங்களுக்கு பிறகு இன்றும் என் நினைவில் படக்காட்சி போல் ஓடுகின்றன. நான் என் நாவல்கள் ஒன்றில் இதைப் பற்றி எழுதினேன்.

மனுஷ்யபுத்திரன் தான் குழந்தையாய் இருக்கையில் ஒருமுறை மதுரைக்கு சென்ற போது யானைக்கு யாரோ கவளம் சோறு ஊட்டியதை பார்க்கிறார். அந்த சித்திரம் அவர் நினைவில் பதிகிறது. வளர்ந்த பின் அது பற்றி தம் அம்மாவிடம் கேட்டு மேலதிக தகவல்களை அறிந்து கொள்கிறார்.

எழுத்தாளர்களுக்கு தகவல் நினைவை விட உணர்வுபூர்வ நினைவு மிகவும் அவசியம்.

வாசிப்பில் கூட அப்படித் தான். தகவல்கள் இரண்டாம் பட்சமே. எனக்கு தல்ஸ்தாயின் “போரும் அமைதியும்” நாவலில் பல தகவல்கள் மறந்து விட்டன. ஆனால் சில நுணுக்கமான விவரணைகளை இன்றும் மறக்க இயலவில்லை. உதாரணமாய் பியர் என்றொரு தலையாய பாத்திரம் வருகிறான். அவன் ஒரு அழகியை காதலித்து மணக்கிறான். அவளுக்கு ஹெலன் என கிரேக்க தொன்மத்தின் அழகியின் பெயரை தல்ஸ்தாய் அளித்திருப்பார். அவள் ஆண்களை தொடர்ந்து கிளர்ச்சியில் ஆழ்த்தும் பெண். ஆழமற்றவள். செக்ஸை ஒரு விளையாட்டாய் கருதும், கணவனுக்கு சுலபத்தில் துரோகம் செய்யும் பெண். அவளுக்கு தன் சகோதரனுடனே தகாத உறவு இருக்கும். அது சம்மந்தமாய் அவளுக்கு குற்றவுணர்வோ சிறுமை உணர்வோ சற்றும் இருக்காது.

முழுக்க தீமையில் ஆழ்ந்து அதை இயல்பாய் கருதும் பெண். அதனாலே அவளிடம் ஒரு களங்கமின்மையும் இருக்கும். காமத்தை ஒரு விளையாட்டாய் கருதும் குழந்தை அவள். அவள் தோற்றத்தை பற்றி சொல்லும் போது தல்ஸ்தாய் அவளுக்கு மேலுதடு எப்போது சற்று மேல்நோக்கி தூக்கி இருக்கும். அது அவளை மிக கவர்ச்சியாய் காட்டும் என்பார். எனக்கு ஹெலன் என்கிற பெயர் கூட மறந்து விடும். ஆனால் அந்த உதடுகள் மறக்காது. ஏனோ அவள் சற்று பூசலான தேகம் கொண்ட வட்ட முகப்பெண் என மனதில் பதிந்து விட்டது. பிறகு சினிமாவில் அவள் பாத்திரத்தில் வந்திருந்த பெண் ஒல்லியாய் இருந்தாள். என்னால் அதை ஏற்கவே இயலவில்லை. என் கற்பனையில் தீமையில் திளைக்கும், ஒழுக்கத்தை கடந்த குழந்தைமை கொண்ட பெண் சற்று பருமனாகவே இருக்க முடியும்.

இப்படி நான் வாசிப்பதை தகவல்களால் அல்ல என் கற்பனையால் மேலும் பன்மடங்காய் பெருக்கவே நான் விரும்புவேன். அதையே நீண்ட காலம் நினைவில் பொறித்து வைத்திருப்பேன்.

பெண்களின் கழுத்துக்கு பின் இளம் பொன்னிறத்தில் மென்மையான மயிர்கள் இருக்கும். எனக்கு பார்த்தாலே கிளர்ச்சி ஏற்படும். புல்லரித்து விடும். அதை ஆங்கிலத்தில் *downy hair* என்பார்கள். இச்சொல்லை நான் மேற்சொன்ன நாவலில் தல்ஸ்தாய் ஹெலனின் பின்னங்கழுத்தை மயிர்களை வர்ணிக்கும் போது தான் முதலில் எதிர்கொண்டேன். அதன் பிறகு என்னால் அதை மறக்கவே முடியவில்லை. சில வாரங்களுக்கு முன்பு எங்கள் அலுவலகத்தில் ஒரு நிகழ்ச்சி. ஊழியர்கள் கூட்டமாய் நின்று பார்த்துக் கொண்டிருந்தோம். என் முன்னால் வெகு அருகில் ஒரு பெண். அவள் கழுத்தில் தங்க இளமயிர்கள் கதிரொளியில் மினுங்கின. எனக்கு பார்த்ததும் *downy hair* என நினைவு வந்தது. உதடுகள் தானே ஹெலன் என உச்சரித்தன.

“போரும் அமையும்” நாவலை நான் படித்தது இருபத்தோரு வருடங்களுக்கு முன்னால்.

சமீபத்தில் ஒரு தோழி என் நாவல் “கதை முடிவுக்கு வந்து விட்டீர்களுக்கு” ஒரு விமர்சனம் எழுதினார். தன் புனைப்பெயர் பூங்குழலி என்றார். அதைக் கேட்டவுடனே நீங்கள் “பொன்னியின் செல்வன்” படித்திருக்கிறீர்களா என்று கேட்டேன். அந்நாவலில்

ஒரு மிக சின்ன பாத்திரம் தான் பூங்குழலி. சேந்தன் அமுதனின் காதலி. நான் அந்த நாவலை பன்னிரெண்டு வயதில் படித்தேன். அப்போது என் அப்பா அந்நாவலின் பாகங்களை தன் அலுவலக நூலகத்தில் இருந்து எடுத்து வருவார். நான் அக்கா மற்றும் அப்பா போட்டி போட்டுக் கொண்டு அதை பகிர்ந்து படிப்போம். ஆளுக்கு ஒரு மணிநேரம் தான் அவகாசம். பூங்குழலி முதலில் தோன்றும் காட்சியில் மழை பெய்யும். அப்போது ஒரு குடிசையில் யாரோ தோசை வார்த்து கொடுத்துக் கொண்டிருப்பார்கள். அப்படித்தான் எனக்கு நினைவு (ஒருவேளை இது தவறாகவும் இருக்கலாம்) ஆனால் எனக்கு துல்லியமாய் நினைவுள்ளது நான் அதை வாசிக்கும் போதும் மழை பெய்து கொண்டிருந்தது என்பது. நான் அப்போது அப்பாவிடம் அக்காட்சியில் வரும் சாப்பாட்டு காட்சியை சிலாகித்தேன். அவர் சொன்னார் "மழை பெய்யும் போது சூடாய் தோசை விண்டு சாப்பிட்டால் அபாரமாய் இருக்கும்". என்னால் பூங்குழலியை மறக்க முடியாதது அன்றைய மழையும், அப்பா சொன்ன வாக்கியமும் காரணமாய் தான்.

இன்னொரு விசயம். படிக்கிற புத்தகத்தின் தகவல்களை நினைவு வைத்திருப்பது ஆரோக்கியமானது அல்ல. தகவல்கள் உங்கள் மூளையை குப்பை போல் அடைத்துக் கொள்ளும். நிறைய தகவல்களை நினைவு வைத்திருப்பவர்களால் படைப்பூக்கத்துடன் புது கருத்துக்களை உருவாக்குவது முடியாது. ஏனென்றால் ஒரு குறிப்பிட்ட தலைப்பில் யோசிக்கும் போதே அவர்கள் மனதை ஒரு நூறு மேற்கோள்கள் சூழ்ந்து கொள்ளும். அதனால் தான் தமிழில் சில நல்ல படிப்பாளிகள் வெறும் நடமாடும் விக்கிபீடியாக்களாய் இருக்கிறார்கள். அவர்களால் ஒரிஜினலாக யோசிக்க முடிவதில்லை. எந்த அபுனைவு புத்தகத்தையும் வாசித்ததும் அதன் சாரத்தை தவிர்த்து மிச்சத்தை மறப்பது நல்லது. புனைவு என்றால் உங்கள் கற்பனையை கவர்கிற தகவல்களை நினைவு வைத்திருந்தால் போதும். பாத்திரங்களின் பெயர்கள் கூட முக்கியம் அல்ல.

அந்த விதத்தில் நீங்கள் பாக்கியசாலி தான். மறதி ஒரு வரம். இலக்கிய வாசகனுக்கு மறப்பதே தேவையான இயல்பு.

இன்றைய வாசிப்புச் சூழல்

அன்புள்ள அபிலாஷ் சாருக்கு,

வணக்கம். உங்கள் பதிலுக்கு நன்றி. மூத்த எழுத்தாளர்களால் சிறந்த புத்தகமாக பரிந்துரை செய்யப்பட்டு அதை அவர்களின் கோணத்திலேயே படித்து விடுவது சில சமயங்களில் நடந்து விடுகிறது. 2007ல் நான் இலக்கியம் வாசிக்க துவங்கிய நாட்களில் இவ்வளவு விமர்சனங்கள், பரிந்துரைகள் இல்லை.

இன்றைய சூழல் ரசனையும், நுண்ணுணர்வும் சார்ந்து வாசகனுக்கேற்ற புத்தகங்களை நோக்கி நகர்த்தும் வாய்ப்பை குறைத்து விட்டதாகவே கருதுகிறேன்.

பிரியங்களுடன்,
ஜானகிராமன்

அன்புள்ள ஜானகிராமன்

இன்று ஒரு பக்கமும் நிறைய புத்தகங்களைப் பற்றி அறிந்து கொள்ளவும் வாங்கிப் படித்து அவற்றைப் பற்றி கருத்துக்களை பகிர்வதற்குமான ஒரு அருமையான சூழல் உள்ளதென்றே நம்புகிறேன். ரசனையையும் நுண்ணுணர்வையும் பொறுத்தமட்டில் சில பத்தாண்டுகளில் நாம் முழுக்க மாறி விட்டதாய் நான் நம்பவில்லை. தமிழில் என்றுமே நுட்பமான வாசகர்கள் எண்ணிக்கையில் குறைவே.

ஆனால் நீங்கள் சொல்வதும் உண்மையே. அதற்கான காரணம் மட்டும் இலக்கியத்துக்கு வெளியே உள்ளதென நினைக்கிறேன்.

தீவிரமான நூல்களை தொடர்ந்து வாசிப்பதற்கு கவனமும் உணர்ச்சிக்குவிப்பும் நேரமும் ஒழுக்கமும் வேண்டும். நம்மில் பலருக்கும் அப்படி ஒரு துறவியை போல் ஒடுங்கி இருந்த படிக்க முடிவதில்லை. மேலும் இன்றுள்ள கவனச்சிதறலான மீடியா

கலவரச் சூழலும் ஒரு காரணம். திடீரென ஊரே கூடி ஒகி புயல் எனும், அடுத்த நாள் மீனவர்களின் போராட்டம், அடுத்து திருமாவும் பா.ஜ.க தலைவர்களும்... இப்படி ஊடகங்கள் நம் அனைவர் மனங்களையும் ஒற்றைப் புள்ளியில் குவிக்க முயன்று வெற்றி கொள்கின்றன. இலக்கிய வாசிப்பு என்பது பொதுப்போக்குக்கு நேர் எதிராய் நிலைகொள்வது, விளிம்பில் நிற்பது, மையம் நோக்கி நகர்வது அல்ல.

அதேவேளை எழுபது, எண்பதுகளில் போல நாம் இன்று பொதுநீரோட்டத்தில் இருந்து விலகி நிற்க முடியுமா என்பது ஐயமே. நாம் இன்று அனைத்து மேம்போக்கான காரியங்களை ஒரு பக்கம் கவனித்து, அவற்றில் எண்ணத்தை செலுத்தியபடியே இன்னொரு பக்கம் விலகியும் நிற்க வேண்டியிருக்கிறது. நான் இவர்களுடன் இருக்கிறேன், ஆனால் நான் வேறு ஆள் எனும் பிரக்ஞை இன்று நமக்கு அவசியம். இதை ஒரு பாலத்தில் நடப்பதுடன் ஒப்பிடலாம். பாலத்தில் நடக்கையில் நீங்கள் மண்ணிலும் இல்லை, வானத்திலும் இல்லை, ஆனால் இரண்டின் நடுவிலும் இருக்கிறீர்கள். அப்படித் தான் இன்றைய வாசகன் தன் நுண்ணுணர்வை தக்க வைக்க முடியும்.

இலக்கிய நுண்ணுணர்வை வளர்க்க தீவிர குழுக்கள் அவசியம். நான்கு பேர் சேர்ந்து வாரம் ஒருமுறை தாம் படித்த விசயங்களைப் பற்றி விவாதித்தாலே அவர்களின் கற்பனையும் அக நுட்பமும் பலமடங்கு வளரும். வாசிப்பு என்பது உண்மையில் ஒரு கூட்டு நடவடிக்கை. உங்கள் மனதுடன் இணைந்து வாசிக்கையிலே தான் என் மனமும் விரிவு பெறும்.

இதற்கு நேர்மாறாய் இன்று புத்தக விற்பனைக்கான விளம்பர பரிந்துரைக் கட்டுரைகள், எழுத்தாளர் பேட்டிகள், புரொமோ டிரையிலர்கள், இலக்கிய கூட்டங்கள், சிற்றுரை பேருரைகள் நடக்கின்றன. இவை சமூகமாக்கல், விற்பனை, சந்திப்பு, ஆறுதல் ஆகியவற்றுக்கு பயன்படுமே அன்றி வாசிப்பு நுண்ணுணர்வை நீங்கள் இவற்றில் இருந்து பெற முடியாது. ஆனால் இந்த அற்ப சமாச்சாரங்கள் இன்றி நீங்கள் இலக்கியத்தில் செயல்படவும் முடியாது. புத்தகங்களை பிரசுரித்து பரபரப்பாக்கி வாசகர்களிடம் கொண்டு சேர்க்க இத்தகைய ஒரு ”கட்சி மாநாட்டு” சூழலும் அவசியம் தான்.

இலக்கிய வாசிப்பு

இச்சூழல் ஒரே சமயம் இப்படி இலக்கியத்துக்கு ஆதரவாகவும் எதிராகவும் இருக்கிறது. நாம் இதை சாமர்த்தியமாய் பயன்படுத்த வேண்டும். இதை நீங்கள் திருமண நிகழ்ச்சியின் போது வரும் கூட்டம், அவர்களின் இரைச்சல், குழப்பம், கவனச்சிதறல், சண்டை சச்சரவு, மொய், விருந்து, மீதமாகும் உணவு, கசகசப்பு, செருப்புகள் ஆகியவற்றுடன் ஒப்பிடலாம். உண்மையான திருமண வாழ்வு இவர்கள் எல்லாம் இடத்தை காலி பண்ணின பிறகு தான் ஆரம்பமாகும். இவர்கள் இன்றி திருமணமே நடக்காது. இவர்களின் அன்பும் அங்கீகாரம் ஆதரவும் முக்கியம். ஆனால் திருமண நாளுக்குப் பிறகும் இவர்கள் கிளம்பாமல் தங்கி விட்டால் தம்பதியினர் வாழ்க்கையை ஆரம்பிக்கவே முடியாது.

இந்த புத்தகக் கண்காட்சியின் அத்தனை சத்தமும் நமக்கு மிகவும் தேவை. ஆனால் இது முடிந்த பிறகு தான் உண்மையான இலக்கிய செயல்பாடுகள் நடக்கும். வெளிச்சமும் ஒலியும் பிடிக்காத கரப்பான்பூச்சிகளை போல் உண்மையான எழுத்தாளனும் வாசகனும் வெளியே வந்து அடுத்த நவம்பர்-டிசம்பர் வரை வேலை செய்வார்கள். அடுத்து அவர்கள் மீண்டும் இருட்டுக்குள் மறைந்து விடுவார்கள்.

வாசிப்பது மூளையா மனமா?

விமர்சனத்தில் தொல்படிம விமர்சனம் என ஒரு தனி வகைமை உண்டு. இது ஒவ்வொரு பிரதியிலும் மிக நுட்பமாக ஒரு புலப்படாத படிமம் செயல்படுகிறது என்கிறது; இந்த தொன்மம் ஏற்கனவே நம் பண்பாட்டு மனத்தில் ஊறிக்கிடக்கிறது. இந்த படிமத்தை ஒரு எழுத்தாளன் எடுத்துக் கையாளும் போது அது மிகுந்த ஆற்றலுடன் வாசகனிடம் சில விசயங்களை தெரிவிக்கிறது. நம் மொழி இப்படியான படிமங்களின் தொகுப்பினால் உருவாகியது. ஆனால் இந்த தொன்மமானது நம்மிடம் உரையாடும் விதம் மிக மிக சிக்கலானது. உதாரணத்திற்கு, கோட்ஸே ராமரை, ராம ராஜ்ஜியத்தை நம்பினார். காந்தியும் நம்பினார். ராம ராஜ்ஜியத்தை மீட்கும் பொருட்டு கோட்ஸே காந்தியை சுடும் போது காந்தி "ஹே ராம்" என முனகியதாய் சொல்வார்கள். காந்தியின் இந்த ராமனும் துப்பாக்கியுடன் நின்ற கோட்ஸேயின் ராமனும் பொதுவாக ஒன்றுதான், ஆனால் இருவரின் மனதுக்குள்ளும் அவர்கள் வேறுவேறு. அயோத்யா கலவரங்களுக்குப் பிறகு இந்த ராமன் ஒரு வரலாற்றுப் பாத்திரமாக கட்டமைக்கப்பட்டான். இது நிலத்துக்கும், கோயிலுக்குமான உரிமையை உறுதிப்படுத்த இந்துத்துவ சக்திகளுக்கு அவசியப்பட்டது. ஆனால் அவர்கள் "ஜெய் ஸ்ரீராம்" எனக் கூவும் போது இதே ராமன் ராமாயணத் தொன்மத்தின் பாத்திரமான ராமனாகி விடுகிறான். அவன் இப்படி முரணான நிலையில் (வரலாற்றுப் பாத்திரமாகவும் கற்பனைப் பாத்திரமாகவும்) ஒரே சமயம் இருக்கிறான். இப்போது நீங்கள் ஒரு இறைநம்பிக்கையாளரிடம் கேட்டால் அவர் "வரலாற்று ராமன் பொய், தொன்ம ராமனே உண்மை" என்பார். ஒரு இந்துத்துவரிடம் கேட்டால் அவர் "இறைநம்பிக்கையாளர் சொல்வதும் உண்மை, நாங்கள் சொல்வதும் உண்மை" என்பார். என்னிடம் கேட்டால் இரண்டுமே பொய் என்பேன். குழப்பமாக இருக்கிறதா? தொல்படிமங்கள் மொழியில் திரண்டு வரும் போது இந்த குழப்பம் இயல்பாகவே எழுகிறது - நம் மனத்தின் ஆழத்துக்குள்

தொல்படிமங்கள் பயணிக்க பயணிக்க அவை முகமற்ற உருவற்ற முழுக்க உணர்ச்சிகளால் ஆன ஒரு வடிவாகின்றன. வரலாற்றில் இருந்து, தொன்மத்தில் இருந்து ராமன் கடலில் கரைக்கப்பட்ட பிள்ளையாரைப் போல உருவற்ற ஒரு ஆதி உருவமாகிறான். இதே உளவியல் தான் இலக்கிய வாசிப்பிலும் நிகழ்கிறது - வாசிக்க வாசிக்க தொல்படிமம் சுலபத்தில் புலப்படாத மற்றொன்றாகிறது. வாசித்து முடித்து தர்க்கரீதியாக யோசிக்கையில் அது மீண்டும் சுட்ட மண் பொம்மையாகிறது.

அண்மையில் வாசிப்பு குறித்து நான் எழுதிய கட்டுரைக்கு போகன் சங்கர் செய்த ஒரு எதிர்வினையில் தொல்படிமங்களுக்கு இலக்கியத்தில் உள்ள முக்கியமான இடத்தைப் பற்றி கீழ்வருமாறு பேசுகிறார். நான் அவருடன் ஓரளவுக்கு உடன்படுகிறேன், ஆனால் நிறையவே முரண்படுகிறேன் என்பதால் அவரது மேற்கோளையே இந்த கட்டுரையின் துவக்கமாகக் கொள்கிறேன்:

“நல்ல வாசிப்பு என்பதற்கு ஒரு உதாரணம் சொல்கிறேன். அன்னோஜனின் கதைக்கு சர்வோத்தமன் சடகோபன் அன்னோஜன் தனது கதையை ஒரு தொன்மத்துடன் இணைத்து முடிக்கவில்லை என்று கவனித்திருந்தார். ஜெயமோகனை ஆதர்சமாகக் கொண்டவர் அன்னோஜன் எனும்போது இது முக்கியமான ஒரு விலகலாகும். ஜெயமோகன் இந்த தொன் படிமங்களை அதிகம் பயன்படுத்துகிறவர். நான் அவற்றை தலை கீழாக்கி பயன்படுத்துவதுண்டு. இந்த தொன் படிமங்களை உடைக்கிறேன் பேர்வழி என்று எதிர்க்கதைகள் விடுகிறவர் கதைகளில் கூட இந்த தொன் படிமங்கள் கருங்குரங்குத் தைலம் போல அந்தர்யாமியாய் இருக்கின்றன. நவீன காலத்தின் சிக்கல்களை இப்படி தொல் படிமங்களோடு இணைத்துப் பார்க்கும் தன்மையை *flintstonian tendency* என்கிறார்கள். இது *Flintstones* என்கிற கார்ட்டூன் தொடரிலிருந்து வந்த சொல். இதில் கற்கால மனிதர்கள் நிகழ்காலப் பிரச்சினைகளோடு உலாவுகிறார்கள். இது போன்ற விஷயங்களை கவனிக்கிற வாசகர் எழுத்தாளனுக்கு கிடைப்பது அதிர்ஷ்டம்.”

- போகன் சங்கர்

போகனின் இந்த நோக்குடன் நான் ஓரளவுக்கு உடன்படுவேன் - ஒரே சிக்கல் அவர் “வாசகர்” / “வாசிப்பு” என வருமிடத்தெல்லாம்

“விமர்சகர்” / “விமர்சனம்” என மாற்றினால் இது என் பார்வை ஆகிடும். ஆனால் போகன் ஒப்புக்கொள்ள மாட்டார். அவர் வாசிப்பு அனுபவத்தை ஒரு பிரக்ஞைபூர்வமான, அறிவார்ந்த அவதானிப்பாக கருதுகிறார். ஒரு உதாரணம் தருவதானால் நீங்கள் வீட்டை அடைந்து கதவைத் தட்டிட உங்கள் மனைவி வந்து கதவைத் திறக்கிறார். உங்களுக்கு அது உங்கள் மனைவி என யோசிக்காமலே தெரியும். வேறேதாவது ஒரு பெண் வந்து திறந்து விட்டால் ‘ஆர்வமாகி’ “யார் இவள்?” என யோசிப்பீர்கள். கதவு தானே திறக்கப்பட்டது போல உள்ளே நுழைவீர்கள். மனைவியின் இருப்பு ஒருவருக்கு பழகிப் பழகி அவர் இருந்தபடியே இல்லாமல் ஆகிறார். (அ-மனைவி ஆகிறார்.) தொல்படிமங்கள் இப்படித்தான் நமக்குள் செயல்படுகின்றன. சாம்பலைப் பூசிய சுடலையாக சிவன் ஒரு காட்சியில், ஒரு கவிதையில் தோன்றினால் அது யார் எனக் கேட்காமலே, “அடையாளம் காணாமலே” நீங்கள் அந்த காட்சிக்குள், கவிதைக்குள் நுழைந்து விடுவீர்கள் (மனைவியை “நீ யார்?” எனக் கேட்காமல் வீட்டுக்குள் நுழைவதைப் போல). வாசிப்பில் முழுக்க மூழ்கிவிட்ட பிறகு அந்த சுடலை வேறொரு உணர்வுநிலையாக உங்கள் ஆழ்மனத்தின் கண்களால் உணரப்படும். இதற்கு நீங்கள் இந்துவாகத் தான் இருக்க வேண்டும் என்றில்லை. ஒரு முஸ்லீமோ கிறித்துவரோ கூட ஆழ்ந்த வாசிப்பில் இந்த பேருருவைக் கண்டுகொள்வார்.

வீட்டுக்குள் சென்றதும் எப்படி வீடு வீடல்லாமலும், மனைவி மனைவியல்லாமலும் ஆகிறாரோ அப்படியே ஒரு பிரதியும் அதனுள் தோன்றும் தொல்படிமமும் மாறுகின்றன. இப்போது தொல்படிமத்துடன் நீங்கள் உணர்வுரீதியாக உரையாடலாம். அறிவுபூர்வமாக அல்ல.

இந்த வித்தியாசத்தைப் புரிய மற்றொரு உதாரணம் தருகிறேன்: நீங்கள் உங்கள் காதலியுடன் உல்லாசமாக ஒரு அறையில் இருக்கும் போது சட்டென கதவு திறக்கப்படுகிறது. ஒரு வெடிகுண்டைப் போல அங்கு உங்கள் மனைவி நுழைகிறார். அப்போது உங்கள் மனம் “ஐயோ மனைவி” எனச் சொல்லும், ஏதோ உங்களுக்கு அது ஏற்கனவே தெரியாதது போல. (ஆனால் காதலியுடன் இருக்கும்போது “ஐயோ காதலி” என கண்டுகொள்ளாது.) ஏனென்றால் அப்போது ஒரு இருமை தோன்றுகிறது.

காதலியுடன் இருக்கும் நீங்கள், காதலியுடன் இருக்கும் மணமான நீங்கள் என இரண்டு நபர்கள் ஆகிறீர்கள். இரண்டையும் ஒரே சமயம் எதிர்கொள்ள முடியாமல் அந்த கணம் தவிப்பீர்கள். அப்போது நீங்கள் இந்த இருவரையும் கவனித்து உணர்கிற ஒரு மூன்றாவது நபராக (ஜெ.கிருஷ்ணமூர்த்தி சொல்வதைப் போல "பார்க்கிறவராக") மாறுகிறீர்கள். இது உங்கள் அவஸ்தையை இன்னும் அதிகப்படுத்துகிறது.

ஒரு கதையை உக்கிரமான மனநிலையில் நின்று வாசித்து வெளிவரும் நீங்கள் நடப்பு வாழ்க்கையுடன் இணங்க இப்படித்தான் சற்று தடுமாறுவீர்கள். (அடுத்து அதை மறந்து விடுவீர்கள்.) ஏனென்றால் அங்கும் இலக்கியப் பிரதியுடன் ஒன்று கலந்த நீங்கள் - நடப்புலகில் தனியாக இருக்கும் நீங்கள் என ஒரு இருமை தோன்றுகிறது. ஆனால் சில நாட்கள் கழித்து அந்த பிரதியை நினைவில் மீட்டு அறிவார்ந்து பகுத்தறிந்து ஒரு நண்பரிடம் பேசும் போது நீங்கள் இந்த தடுமாற்றத்தைக் கடக்க ஒரு நல்ல உத்தியை கண்டடைந்து விட்டீர்கள் - மியூசியத்தில் காட்சிப்படுத்தப்பட்ட தொல்பொருட்களைப் போல உங்கள் அனுபவத்தை மாற்றி விட்டீர்கள். அதைக் கொண்டு பதப்படுத்தி விட்டீர்கள். அப்போது நீங்கள் ஒரு தொல்படிமம் தோன்றும் கதையைப் படித்திருந்தாலும் அதைப் பற்றி பேசும் போது அக்கதையில் உள்ள தொல்படிமத்தை அல்ல உங்கள் நம்பிக்கைகளுக்கு உடன்படுகிற ஒரு தொல்படிமத்தையே தோண்டி எடுத்து தருகிறீர்கள். இரண்டும் வேறு வேறு. விமர்சகர் எனும் இந்த 'தொல்பொருள் ஆய்வாளர்கள்' அடிப்படையில் பொய்யர்கள். அவர்கள் ஒரு அரசியலோடு செயல்படுகிற பிரச்சாரகர்கள்.

சில இலக்கிய உதாரணங்கள் தருகிறேன்:

மகேஸ்வதா தேவியின் "திரௌபதி" சிறுகதை மாவோயிச போராட்டத்தை மாகாபாரத தொன்மப் பின்னணியில் வைத்து ஒரு பெண்ணின் பார்வையில் சித்தரிப்பது. அதை ஒரு மார்க்ஸிஸ்ட் படிப்பது, ஒரு காவலதிகாரி வாசிப்பது, அது எழுதப்பட்ட மொழியில் ஒருவர் படிப்பது, மொழியாக்கத்தில் படிப்பது, அரசதிகாரத்தின் தரப்பில் இருந்து ஒரு படிப்பது, தென்னிந்தியாவில் இருந்து ஒருவர் படிப்பது, ஒரு வட இந்தியர் படிப்பது, ஒரு ஆண் படிப்பது, ஒரு பெண் படிப்பது எல்லாம் ஒரே சமயம் ஒன்றாகவும்

மற்றொரு சமயம் வேறுவேறாகவும் இருக்கும். ஆனால் அதை உணர்வுரீதியாகப் படித்தால் அதில் வரும் திரௌபதி உங்களுக்குள் எழுப்புகிற உணர்வுகள் பெரும்பாலும் ஒன்றாகவே இருக்கும். அதை நீங்கள் சுலபத்தில் பகுத்தறிய முடியாது. நம்முடைய நினைவின் சரடுகளில் எங்கோ தொலைந்து போன ஒரு பெண்ணை அங்கு காண்கிறோம். அப்பெண் ஒரு ஆணாகவும் பெண்ணாகவும் நமக்குத் தோன்றலாம். அக்கதையை ஒடுக்கப்படும் போராளி-ஒடுக்குகிற அரச படைகள் எனும் இருமையை கடந்து நாம் வாசிக்கலாம். அப்போது நாம் காணும் திரௌபதி மகாபாரத திரௌபதி அல்ல. அவள் வேறொரு பெண். ஒரு ஆதிப்பெண். நாம் இந்த மண்ணில் தோன்றுமுன்பே தோன்றியவள். பாலின வேறுபாட்டைக் கடந்தவள். இருமையை மீறியவள். சொல்லப் போனால் மகேஸ்வதா தேவி இப்படி நேரடியாக தலைப்பில் குறிப்பிடவில்லை என்றாலும் 'அவளை' நாம் கண்டுகொள்வோம். ஆனால் அக்கதையில் இருந்து வெளிவந்த பிறகு நாம் 'தெளிவாக' இவளை "திரௌபதியாக" அடையாளம் காண்கிறோம் - அதாவது நாம் பூடகமாய் உணர்ச்சிகரமாய் உணர்ந்த ஒருத்தியை இப்போது தூல வடிவில் கொண்டு வரும் பொருட்டு "திரௌபதி" என அழைக்கிறோம். அடுத்து நாம் முற்போக்கா, பிற்போக்கா, அரச பயங்கரவாத ஆதரவாளரா, எதிர்ப்பாளரா, பெண்ணியவாதியா என்பதைப் பொறுத்து நாம் பேச்சிலோ விமர்சனத்திலோ முன்வைக்கும் நம் "திரௌபதி" மாறுபடுவாள். பயங்கரவாத எதிர்ப்பு திரௌபதி, பெண்ணிய திரௌபதி, சாதாரணப் பெண்ணான திரௌபதி என இப்படி. எனக்கும் போகனுக்கும் உள்ள வித்தியாசம் அவர் இந்த இரு திரௌபதிகளும் ஒன்று என்கிறார், நான் இவர்கள் இருவரும் வேறுவேறு என்கிறேன். அவர் இப்படி அடையாளம் காணும் வாசகரை ஒரு எழுத்தாளன் அடைவது அதிர்ஷ்டம் என்கிறார், நான் அது ஒரு துரதிஷ்டம் என்கிறேன். இந்தக் கதையைப் படித்து உருகுகிற, ஏன் இப்படி ஒரு கதையினால் நெகிழ்ந்து தானற்றுப் போகிறோம் என உணராமலே உணர்கிற, இன்மைக்குள் நுழைகிற அந்த வாசகரை சந்திக்க முடிந்தால் மட்டுமே அது அதிர்ஷ்டம் என்கிறேன்.

புதுமைப்பித்தனின் "அகலிகை" சிறுகதை எங்கள் பல்கலைக்கழகத்தின் 'இந்திய இலக்கியம்' எனும் பாடத்தில் இருந்தது. அக்கதையை மாணவர்களுக்கு நாங்கள்

அறிமுகப்படுத்தும் முன் அகலிகையின் தொன்மத்தை விளக்குவோம். அடுத்து புதுமைப்பித்தனின் பிற கதைகளில் உள்ள பொதுவான போக்குகளைக் குறிப்பிடுவோம். அடுத்தே கதையை வாசித்து விவாதிப்போம். நான் இக்கதையை வகுப்பில் விவாதிக்கும் போது அகலிகையின் கதையை சரிவர அறியாத நவீன மாணவர்கள் கூட சுலபத்தில் அக்கதைக்குள் பயணிக்க முடிவதை, மனம் கரைந்து அதனுள் மூழ்குவதை கவனித்தேன். இது வினோதம், ஆனால் உண்மை. தொன்மத்தை நாம் பரிச்சயம் பண்ணுவது கூட கதைக்குள் நுழைவதற்கான ஒரு துவக்க விசைக்காகத் தான். யார் இந்த அகலிகை, அவள் ஏன் இந்த நிலையில் இருக்கிறாள் என சற்றே தெரிந்தால் கூட அக்கதைக்குள் நீங்கள் பயணிக்கலாம். மாறாக அகலிகையின் தொன்மத்தை கரைத்து குடித்தவர்களுக்கு அக்கதைக்குள் பயணிப்பது சிரமமாவதை நான் கண்டிருக்கிறேன். அவர்கள் மீண்டும் மீண்டும் தொன்மத்துக்குள் சுற்றி வருவார்கள், தொல்படிமத்தை ஒரு காதலியைப் போல 'அறிந்து' அணைத்துக் கொள்ள மாட்டார்கள். புதுமைப்பித்தனின் பிற கதைகளை நன்கு அறிந்தவர்களும் தொடர்ந்து அக்கதைகளுடன் இதை ஒப்பிட்டு வந்தால் இடர்படுவார்கள். ஏனென்றால் அகலிகை, புதுமைப்பித்தன் என்பது அங்கு ஒரு பேச்சுக்கு மட்டுமே. அது ஒரு திசைகாட்டி அடையாளப் பலகை. அதைக் கடந்ததும் நீங்கள் தொன்ம அகலிகையை, தொன்ம புதுமைப்பித்தனை மறந்து விடுகிறீர்கள். இப்போது தொன்ம அகலிகையில் இருந்து பு.பி எந்தளவுக்கு விலகி செல்கிறாரோ அந்தளவுக்கு அக்கதை உங்களுக்கு கூடுதல் உண்மையாகப் படுகிறது. ஒரு கட்டத்தில் இவள் அகலிகை அல்ல, வேறு யாரோ ஒரு பெண், உங்களுக்கு நன்கு பரிச்சயமான ஆனால் வாழ்வில் என்றும் சந்தித்திராத பெண் எனத் தோன்றுகிறது. அப்போது தான் உங்கள் மனம் உடைகிறது. என் வகுப்பில் இக்கதையை படித்து மனம் உடைந்து கண் கலங்கினவர்கள் ஏற்கனவே புதுமைப்பித்தனைப் பரிச்சயம் கொண்டிராதவர்கள். அகலிகையைப் பற்றி முன்பு அறியாதவர்கள். அகலிகை என்பவள் விக்கிபீடியாவில் வருகிற அகலிகை பாத்திரம் அல்ல, அவள் யாரும் இதுவரை சந்தித்திராத ஒரு உருவற்ற பெண் என எனக்கு அப்போது தான் புரிந்தது.

இங்கு நாம் விவாதிப்பது வாசிப்பில் நம் பிரக்ஞையின் இடம் குறித்தே. பிரக்ஞையை / சுயத்தை விளக்கும் போது தத்துவஞானி

கீர்க்கெகாட் சுயம் என்பது “சுயம் குறித்து பிரக்ஞை” என்கிறார். “இது நான்” எனக் கோருவது “நான்” அல்ல; “நான்” என ஒரு கட்டமைப்பை உருவாக்கி ஒரு கட்டத்தில் அந்த கட்டமைப்பு தான் உண்மை என நம்புவதே நாம் எதிர்கொள்கிற அந்த “நான்”. அதாவது நான் எனத் தன்னை கற்பித்து அந்த கற்பிதத்தைக் குறித்து ஒரு பிரக்ஞை உருவாக அப்பிரக்ஞையே “நானாக” மாறுவது. இந்த பொய்யான நம்பிக்கையே நமது சுயம் அல்லது பிரக்ஞை என கீர்க்கெகாட் அவதானித்தார். நம்முடைய மரபிலும் ஜெ.கிருஷ்ணமூர்த்தி இதைப் பற்றி பேசியிருக்கிறார். இதன்படி அகலிகை என நாம் காண்பது அகலிகையை அல்ல, அகலிகையை நாம் காண்பதாக நம்புகிற ஒரு கட்டமைப்பு காண்கிற மற்றொரு கட்டமைப்பை. இந்த கட்டமைப்புகள் ஒரு ஆழமான வாசிப்பின் போது தகர்கின்றன. ஆனால் விமர்சிக்கும் போது அவை நம் மொழியில் மீள்கின்றன. அதனால் தான் இலக்கியத்தின் மிக முக்கிய விரோதி விமர்சகன் என்கிறேன். அவன் மதத்தலைவர்களுக்கும் அரசியல்வாதிகளுக்கும் இணையானவன் - பொய்களின் வியாபாரி.

இதனாலே, தொல்படிமத்தை வாசிப்பில் அடையாளம் காண்பது “இது அதுதான்” என சொல்வதல்ல என்கிறேன். ஒரு புகைப்படத்தை நோக்கி “ஓ இவரா, எனக்குத் தெரியுமே” எனச் சொல்வதைப் போன்றல்ல என்கிறேன். உன்னதமான வாசிப்பு என்பது ஒரு தொல்படிமத்தை இருப்பற்ற ஒன்றாக அடையாளம் காண்பது. கீதையில் அர்ஜுனன் கிருஷ்ணனிடம் “நீ யார்?” எனக் கேட்க அதற்கு பதிலளிக்கும் கிருஷ்ணன் “நான் இந்த ஆகாயமும் அல்ல, இந்த பூமியும் அல்ல, இந்த மரமும் அல்ல, அந்த மேகமும் அல்ல” என மறுத்தபடியே போகிறான். சர்வோத்தமன் அன்னோஜனின் கதையில் தொல்படிமத்தை அடையாளம் கண்டதல்ல கிருஷ்ணன் தன்னை கீதையில் அடையாளம் காட்டுவதே (வாழ்க்கையே நான், சிந்தனை அல்ல) மிகச்சரியான வாசிப்பு என்பேன்.

சொல்லப்போனால், வாசிப்பு குறித்து இந்தியர்களிடையே இப்படியான கருத்துவேறுபாடே வரக்கூடாது, ஏனென்றால் நான் விவாதித்து நிறுவ முயல்வது அத்தனையும் ஏற்கனவே நமது தத்துவ மரபில் இருக்கிறது. ஒருவேளை ஜெ.மோ, போகன் மற்றும் அவர்களை ஒத்த பிறரும் மேற்கத்திய லௌகீக, விஞ்ஞானபூர்வ மரபினால் பாதிக்கப்பட்டு, வாசிப்பை ஒரு நிரூபணம் சார்ந்த பருண்மையான செயல்முறையாக காணலாம்.

தத்துவத்தில் இந்த முரணை *logos vs mythos* என்பார்கள். லோகோஸ் என்றால் அனுபவத்தை ஒரு பார்முலாவாக சுருக்குவது, எதையும் தூலமாகக் கண்டு நிரூபித்தாலே உண்டு என சொல்வது. மித்தோஸ் என்பது மானுட அனுபவம் அதன் ஆழமான நிலையில், வாழ்வது மட்டுமே, அது நிரூபிக்க முடியாதது, மொழியின் கட்டமைப்புகளைக் கடந்தது எனக் காண்பது. அரிஸ்டாட்டில், விட்ஜென்ஸைன் போன்றோர் லோகோஸ் அணியை சேர்ந்தவர்கள். கீர்க்கெகாட், நீட்சே, சார்த்ரா *(sartre)*, ஹைடெக்கர் போன்றவர்கள் மித்தோஸ் அணியில் பிரதானமானவர்கள். தத்துவத்தில் பின்னர் இது பகுப்பாய்வு தத்துவம் *(analytic philosophy) vs.* மீமெய்யியல் *(metaphysics)* என இரு போரிடும் படைகளாக எதிரெதிரே நின்றன. ஆனால் இந்திய தத்துவ மரபில் இந்த பிரிவினை என்றுமே இருந்ததில்லை - நாம் பிரக்ஞை குறித்த விசாரணை உடலையும் பருண்மையான இந்த உலகையும் அறியும் போதே சாத்தியமாகும், இரண்டும் ஒன்றோடொன்று பிரிக்க முடியாதவை என நம்பினோம். ஆகையாலே அறிவார்ந்த தரப்புக்கு வாசிப்பில் ஜெ.மோ, போகன் போன்றோர் கொடுக்கிற மிதமிஞ்சிய இந்த முக்கியத்துவம் மேற்கத்திய மரபின், அவர்கள் ஆங்கிலம் வழி பெற்ற அந்நிய தாக்கத்தினால், அதன் 'ஹேங் ஓவரினால்' தானோ எனத் தோன்றுகிறது. மீண்டும் உங்கள் பூர்வநிலத்துக்கு மீளுங்கள் என இவர்களை நோக்கி கரத்தை நீட்டி விரும்புகிறேன். இந்த நிலத்தில் வாழ்வதும் உணர்வதும் சிந்திப்பதும் ஒன்றுடன் ஒன்று பின்னியவை. இதை அவர்கள் தனித்தனியாக பிரித்துப் பார்ப்பதே "வாசகன் அறிவார்ந்து கவனித்துப் படிக்க வேண்டும், கராறாக தெளிவாகப் பேச வேண்டும்" எனும் கோரிக்கையாகிறது. ஆனால் கீதையில் அர்ஜுனனுக்கு ஞானத்தை கிருஷ்ணர் அளிக்கும் போது "இன்னின்ன புத்தகங்களை முதலில் படித்து விட்டு வா" எனக் கூறுவதில்லை. புத்தக அறிவுக்கு மிதமிஞ்சிய இடமளிப்பதே மேற்கத்திய மரபின் போக்கும். கிருஷ்ணர் "நீ பகுத்துணர்ந்து சிந்திக்காதே, வாழ், வாழ்வது மட்டுமே ஞானம்" என்கிறார். இதன் நீட்சியாகவே நான் வாசிப்பையும் காண்கிறேன். வாசிப்பது சாப்பிடுவது, நடனமாடுவது போன்ற ஒரு செயல், வாழ்க்கையின் ஒரு பகுதி. அது மூளையால் செய்ய வேண்டியது அல்ல. அப்போதே அது இந்திய வாசிப்பாகிறது; அப்போதே அவன் இந்திய வாசகனாகிறான்.

மூளையால் வாசித்து மொழியில் அதை தெளிவாக பகுத்தறிகிறவன் வறட்டு, அறிவியல்பூர்வ வாசகன். கண்களால் பார்த்து உடலால் வாசிக்கிறவன், சொற்களை உணர்வுகளால், பௌதீகமாய் அனுபவிக்கிறவனே அசல் இந்திய வாசகன். எப்படி வாழ்வதில் படிநிலை, உயர்வு தாழ்வு இல்லையோ அப்படியே 'வாசிப்பதிலும்' இல்லை. மொழி எனும் போலியான ஒரு கருவி மூலம் நாம் இந்த அனுபவத்தை உடம்பில் ஏற்றி உடம்பின் பகுதியாக பார்க்கிறோம்; தொல்படிமத்தை ஒரு கருத்துருவாக அல்ல புலனுணர்வாகவே காண்கிறோம் - அதுதான் அசலான வாசிப்பு. இந்திய வாசிப்பு என்பது ஒரு கொண்டாட்டம், ஒரு ரசனை, ஒரு புலனின்ப நுகர்தல். அதனால் தான் தொல்காப்பியர் ஒரு படைப்பை அறியும் முறையை மெய்ப்பாடு என்றார்; அவர் சொற்களுக்குள் இருக்கும் கருத்துருவை, உணர்ச்சிக் கட்டமைப்பை புலனுணர்வாக முன்வைக்கிறார். இந்த மரபில் இருந்து வந்ததாலே நாம் சங்கக்கவிதைகளை படிக்கவில்லை, நிகழ்த்தினோம், அதை நமது இயற்கைச் சூழலின், திணையின், பகுதியாகப் பார்த்தோம். அப்போது நிகழ்த்துபவன் சொல்லும் கவிதையை பார்வையாளன் பார்வையால் கண்டு காதால் கேட்டு அதை தன் உடம்பாகவே பாவித்து அறிந்தான். அங்கு அவனுக்கும் நிகழ்த்து கலைஞனுக்கும் கவிதைக்குமான எல்லைகள் மறைந்து மூன்றும் ஒன்றானது. இன்று நாம் கண்களால் படிக்கும் செயற்கையான நிலைக்கு தள்ளப்பட்டிருந்தாலும் நம்மால் ரசனையை பகுத்தறிவை மீறிய ஒரு பித்துநிலைக்கு சென்று உள்வாங்க முடிகிறது. வாசிப்பில் இருந்து அறிவைத்திரட்டி அதை விரிவான வாசகர் கடிதமாக, விமர்சனக் கட்டுரையாக பந்தி வைப்பவன், வாசிக்கையிலே மூளைக்கு அதிக முக்கியத்துவம் அளிப்பவன் வாசிப்புக்கு எதிர்நிலையில் நிற்பவன். அவன் அசல் இந்திய வாசகன் அல்ல. அவன் மெய்ப்பாட்டு வாசகன் அல்ல. அவன் வாசகனே அல்ல.

ஆங்கிலத்தில் வாசிப்பது

பேஸ்புக்கில் ஒரு நண்பர் என்னிடம் ஆங்கிலத்தில் வாசிப்பது பற்றி ஒரு கேள்வி கேட்டிருந்தார். அவரால் தமிழில் நாவல்களை சரளமாய் வாசிக்க இயல்கிறது. ஆனால் ஆங்கிலத்தில் வாசிக்கையில் விரைவில் ஆர்வம் இழக்கிறார். தங்குதடங்கலின்றி வாசிக்க இயலவில்லை. ஆங்கிலத்திலும் சரளமாய் வாசிப்பது எப்படி? அவர் கூடுதலாய் இரு தகவல்கள் தந்திருந்தார். அவர் கால்நடைமருத்துவத்தில் முனைவர் பட்ட ஆய்வாளர். பள்ளியில் ஆங்கிலம் வழி கல்வி பயின்றவர். ஆக அவருக்கு ஆங்கிலப் பழக்கம் உண்டு. மொழியை தாண்டி வேறு ஒரு சிக்கல் இருக்க வேண்டும்.

அவருக்கான பதிலை இங்கே உங்களிடம் பகிரப் போவதில்லை. ஆங்கிலத்தில் வாசிக்கையில் நாம் எதிர்கொள்ளும் பிரதான தடை சொற்களின் புரிதல் சம்மந்தபட்டது அல்ல என தோன்றுகிறது.

ஆங்கிலம் கொஞ்சம் வறட்சியான மொழி. அதாவது ஆங்கிலத்தில் தழுதழுப்பது, கண்ணீர் மல்கல், உரக்க புலம்பி அழுதல், நெகிழ்ந்து கூவுதல், சிலாகித்தல் குறைவு. இதை பள்ளி/கல்லூரியில் ஆங்கிலம் மற்றும் தமிழ் வகுப்புகளில் உட்கார்ந்தவர்கள் உணரலாம். தமிழாசிரியர்கள் அன்னியோன்யமாய் மிக நெருக்கமாய் தோன்றுவார்கள். உணர்வுரீதியாய் பேசுவார்கள். உங்களை சிரிக்கவும் அழவும் கோபப்படவும் வைப்பார்கள். நான் குருநானக் கல்லூரியில் ஆங்கிலத் துறையில் பணி செய்கையில் அங்கே தமிழ்த்துறையில் ஜெய்கணேஷ் என்று ஒரு ஆசிரியர் இருந்தார். அவர் எல்லா தமிழாசிரியர்களையும் போல் வகுப்பில் அமர்க்களப்படுத்துவார். அவர் கூடுதலாய் ஒரு நடிகரும் கூட. அதனால் அவ்வப்போது நடித்து காட்டுவார். மாணவர்கள் மத்தியில் அவர் ஒரு கதாநாயகன் போல் இருப்பார். வகுப்புக்கு வெளியே அவருடன் போகையில் மாணவர்கள் அவரைக் கண்டு ஓடி வைத்து கையை பற்றி அன்பாய் உரையாடுவார்கள். ஆங்கில

ஆசிரியர்களிடம் உணர முடியாத ஒரு சகஜத்தன்மையை அவரிடம் உணர்ந்தார்கள். இதற்கு காரணம் குறிப்பிட்ட ஆசிரியரின் குணாதசியம் மட்டுமல்ல. தமிழில் பேச ஆரம்பித்ததும் அது நம்முடைய உணர்ச்சிகரமான, நாடகீயமான மனக்கட்டமைப்புடன் சரியாக பொருந்தி விடுகிறது. பாலுக்காய் அழும் குழந்தை அம்மா கையில் தூக்கிக் கொண்டதுமே அமைதியாகுமே அது போல் மாணவர்கள் தமிழ் கேட்கையில் ஆகி விடுவார்கள்.

நான் அற்புதமான ஆங்கில ஆசிரியர்களை பார்த்திருக்கிறேன். மனதளவில் அவர்களும் தமிழாசிரியர்களை போல உணர்ச்சி கொழுந்துகள் தான். ஆனால் ஆங்கிலத்தில் பேசத் துவங்கியதும் தர்க்கரீதியாய் சீரான சிந்தனை அமைப்பு கொண்டதாய் அவர்களின் மொழி மாறி விடும். உயிரியல் ஆய்வகத்தில் கரப்பான்பூச்சியை அங்குலம் அங்குலமாய் பிரித்து அடுக்கி பெயர் வைப்பது போல் அவர்கள் தன்னிச்சையாய் ஒரு பாடத்தை கருணையின்றி கூறுபோடத் துவங்குவார்கள். தமிழில் பேசும் போது அவர்கள் வேறு ஆளாக இருப்பார்கள். ஆனால் வகுப்பில் ஆங்கிலம் பேசத் துவங்கியதும் உருமாறி விடுவார்கள். எவ்வளவு அற்புதமான ஆங்கில ஆசிரியராக இருந்தாலும் மாணவர்களிடம் அவர்கள் சற்று விலகித் தான் இருப்பார்கள்.

இந்தியர்கள் எழுதும் ஆங்கில நாவல்களை பாருங்கள். ஆர்.கெ நாராயண், சல்மான் ரஷ்டி, அருந்ததி ராய், கிரன் தேசாய், அமிதாவ் கோஷ், அரவிந்த் அடிகா, டேவிட் தாவிதார் ஆகியோரின் எழுத்தில் இந்திய மனதுக்கான கொந்தளிப்பும், தழுதழுப்பும் அங்கு இருக்காது. நகைமுரண், *wit* எனப்படும் நளினமான நக்கல், கராறாய் எதையும் வகுத்துப் பார்க்கும் பார்வை, சற்றே விட்டேத்தியான தொனி ஆகியவை தான் பிரதானமாய் தெரியும். இதை அவர்கள் வாழ்க்கையில் இருந்து பெறுவதில்லை. உதாரணமாய் ஆர்.கெ நாராயண் அவருக்கு பிந்தைய தலைமுறையினரான ரஷ்டி, அருந்ததி ராய், அமிதாவ் கோஷ் போல வெளிநாடுகளில் வாழ்ந்து மேற்தட்டினருடன் புழங்கியவர் அல்ல. அவர் நம்மைப் போல் மத்திய வர்க்க வாழ்க்கையை தமிழகத்திலும் கர்நாடகத்திலும் உள்ள தெருக்களில், வீடுகளில் அனுபவித்து அதையே எழுதினவர். ஆனால் ஆங்கிலத்துக்குள் நுழைந்ததும் அவர் இந்த இந்திய வாழ்க்கையை மூக்குக் கண்ணாடியை தூக்கி விநோதமாய்

பார்க்கும் பிரித்தானிய பிரபுவாக மாறி விடுவார். வி.எஸ். நைப்பால் மேற்கிந்திய தீவுகளை சேர்ந்த இந்தியர். ஆனால் அந்த நாட்டு மக்களின் வண்ணமயமான கொண்டாட்டமான கலாச்சாரம் அவரிடம் வெளிப்படாது. எதையும் சிடுசிடுப்பாய் சந்தேகமாய் பார்க்கும், மட்டம் தட்ட நினைக்கும் பிரித்தானிய தொனியும், கராறான கட்டுப்பாடான சொற்சேர்க்கையுமே தெரியும்.

இந்த ஆங்கில இந்திய எழுத்தாளர்களின் ஆங்கிலத்திலேயே கூட ஒரு விசித்திரம் உண்டு. இருபதாம் நூற்றாண்டுக்கு பிறகு உலகு முழுக்க கவனிக்கப்பட்ட ஆங்கிலம் பிரித்தானிய ஆங்கிலம் அல்ல – அமெரிக்க ஆங்கிலம். இக்காலகட்டத்தில் அமெரிக்கர்கள் வளர்ந்து வரும் மற்றும் மூன்றாம் உலக நாடுகளை 'கலாச்சார ரீதியாய் 'காலனிய ஆதிக்கம் செய்தார்கள் என்றே சொல்லலாம். நம்முடைய இளைஞர்களின் ஆங்கிலத்தை பார்த்தாலே அதில் அமெரிக்க தாக்கம் தான் தூக்கலாய் இருக்கும். ஆனால் பள்ளி மற்றும் கல்லூரிகளில் நாம் பிரித்தானிய ஆங்கிலத்தை தான் கற்கிறோம். பிரித்தானிய ஆங்கில இலக்கியம் தான் பிரதானமாய் படிக்கிறோம். அமெரிக்க இலக்கியத்துக்கு இரண்டாம் இடம் தான்.

அமெரிக்கஆங்கிலமும்கலாச்சாரமும்இந்தியபண்பாட்டுக்குசற்றே நெருக்கமானது. அடாவடித்தனமும் ஆர்ப்பாட்டமும் நிரம்பியது. என்ன நம்மளவுக்கு நெகிழ மாட்டார்கள். நான் குறிப்பிட்ட இந்திய ஆங்கில எழுத்தாளர்களிடம் பிரித்தானிய ஆங்கிலத்தின் அமர்த்தலான, கனவான்-தனமான தொனியும் போக்கும் தான் அதிகமாய் இருக்கும். அமெரிக்க ஆங்கிலத்தின் வண்ணமயத்தை, மரியாதையற்ற போக்கிரித்தனமான தொனியை அதிகம் காண முடியாது. அதாவது இங்கிலாந்தின் பௌதிகமான தாக்கம் இன்று அதிகம் இல்லை என்றாலும், அமெரிக்கா கலாச்சார ரீதியாய் உலகை ஆக்கிரமத்து வந்தாலும், ஆங்கிலத்தில் எழுத்தப்படும் பிறநாட்டு இலக்கியங்களில் இன்றும் இங்கிலாந்தின் பண்பாடு தான் வெளிப்படுகிறது. இந்நாடுகள் முந்தைய பிரித்தானிய காலனிகள் என்பது கவனிக்கத்தக்கது. இந்த இலக்கியத்தையும் பின்காலனிய இலக்கியம் என்று தான் அழைக்கிறார்கள்.

தமிழின் பல முக்கியமான எழுத்தாளர்கள் ஆங்கிலத்தின் தாக்கம் கொண்டவர்கள். அசோகமித்திரனிடம் ஹெமிங்வே, ரேமண்ட் கார்வர் போன்ற அமெரிக்க எழுத்தாளர்களின் தாக்கம் உண்டு.

குறிப்பாய் சொற்சிக்கனம், நேரடியான விவரணை, எளிமையான கூர்மையான உரையாடல்களுக்கு அளிக்கப்படும் முக்கியத்துவம் மற்றும் தொனியில் அவர் தமிழில் எழுதும் ஒரு ஆங்கில எழுத்தாளர் தான். ஆனால் இந்த அந்நியத்தன்மை தெரியாமல் இருப்பதற்கு அவர் சென்னையில் உள்ள பிராமண மத்திய வர்க்க வாழ்க்கையை அந்தரங்கமான புரிதலுடன் எழுதுவதும், வட்டார வழக்கை பயன்படுத்துவதும் காரணம். இருந்தாலும் அவரை ல.சா.ரா, தி.ஜா ஆகியோருடன் ஒப்பிட்டால் வித்தியாசம் பளிச்சென தெரிந்து விடும். ஆனால் புனைவில் வெளிப்படும் பண்பாட்டை பொறுத்த மட்டில் அசோகமித்திரனிடம் அமெரிக்கத்தனம் அல்ல ஒரு விக்டோரிய ஆங்கில தோரணை தான் தெரியும். அசோகமித்திரன் எழுதியுள்ள ஆங்கில கட்டுரைகளில் இது இன்னும் துல்லியமாய் தெரியும்.

சுந்தர ராமசாமியையும் நாம் இவ்விசயத்தில் அசோகமித்திரனின் பக்கத்தில் வைக்கலாம். சு.ராவுடையது இயல்பான தமிழ் அல்ல. அது பிரக்ஞைபூர்வமாய் கட்டமைப்பட்டது. தமிழ் உரைநடையில் சிலாக்கியமான நடை கொண்ட சுஜாதாவின் சொற்றொடர்களிலும் ஒரு மொழியாக்கத் தன்மை உண்டு. அவர் பல ஆங்கில சொற்றொடர்களை மொழிபெயர்த்து தனதான வகையில் உருமாற்றி, உறுத்தலின்றி பயன்படுத்துவார்.

“நான் ஆத்மா” என்றேன். அவன் கையை தேடிக் கொண்டு தயங்காமல் தன் கையை நீட்டிக் குலுக்கினான். (“பாலம்”)

இந்த சொற்றொடரில் “கையை தேடிக் கொண்டு தயங்காமல்” என்பதில் ஒரு ஆங்கிலத்தன்மை உள்ளது.

சுஜாதாவின் வாக்கிய அமைப்பை பார்ப்போம்:

“சிலருக்கு லாட்டரியில் பரிசு விழுகிறது. சிலரை பஸ் ஸ்டாண்டில் பிரபல இயக்குநர் பார்த்து “அடுத்த அமாவாசை ஷூட்டிங்குக்கு வா” என்கிறார். இப்படி திடீரென தனிமனிதர்கள் தேர்ந்தெடுக்கப்படுகிறார்கள். ஏதோ ஒரு வகையில் பிரசித்தி பெறுகிறார்கள். அம்மாதிரி நானும் பிரசித்தமானேன். என்னை ஒரு குதிரை கடித்ததால்!” (“குதிரை”)

தன்னிலையில் சொல்லப்படும் இந்த மொழியில் தன்னிலையில் உள்ள உணர்ச்சிகள் இல்லை. ஒரு வறட்டுத்தனமான விலகல்

உள்ளது. அது துருத்தி தெரியாததற்கு சுஜாதாவின் நகைச்சுவை காரணம். நான்கு, ஐந்து வார்த்தைகள் கொண்ட அவரது குறுகிய வாக்கியங்களை கவனியுங்கள். இவற்றை இலக்கணத்தில் *simple sentences* என்கிறார்கள். ஆனால் தமிழ் பேச்சில் *simple sentences* மிகவும் குறைவு. நம்மிடைய இரு சிறுவாக்கியங்களை ஒட்டி ஒன்றாய் பயன்படுத்தும் *compound sentences* அதிகம். உதாரணமாய் "நேத்து ரேஷன் வாங்க போனேனா, அங்கே ஒரே கூட்டம்." குட்டி குட்டி சொற்றொடர்களில் எழுதுவது அமெரிக்க ஆங்கில பாணி.

"அம்மாதிரி நானும் பிரசித்தமானேன். என்னை ஒரு குதிரை கடித்ததால்!" என்பதில் இரண்டாவது 'வாக்கியம்' ஒரு முழு வாக்கியம் அல்ல. அது வாக்கிய துண்டு. இப்படியான வாக்கிய துண்டுகள் தமிழில் அரிது. இந்த பத்தியில் சுஜாதா எங்குமே "நான்", "என்" பயன்படுத்தி இருக்க மாட்டார். ஆனால் நேரடி தமிழில் நீங்கள் இந்த இரண்டு சொற்களில்லாமல் புழங்குவது இல்லை. அதே போல், இந்த பத்தி புதுக்கவிதையின் வடிவில் இருப்பதை கவனிக்கலாம். இதை கொஞ்சம் உதிர்த்து போட்டால் எப்படி தோன்றும் என கற்பனை பண்ணுங்கள். சுஜாதாவின் அழகான தனித்துவமான நடை புதுக்கவிதையின் உத்திகள், அமெரிக்க ஆங்கிலத்தின் வடிவம், அவரது மனப்பாங்கு ஆகியவை கலந்து உருவான ஒரு புது மொழி.

தொண்ணூறுகளில் தமிழில் லத்தீன் அமெரிக்க கதைகள் மொழியாக்கம் மூலம் அறிமுகமாக அது நம் வாக்கிய அமைப்பை முழுக்க மாற்றியமைத்தது. எஸ்.ரா மற்றும் கோணங்கியின் மொழி வசீகரமானது, கவித்துவமானது என்றாலும் சற்றே அந்நியமானது. ரஜினியின் தமிழ் போன்றது. அதனாலே அவர்கள் உடனடியாய் கவனம் பெற்று கணிசமான வாசகப்பரப்பை பெற்றார்கள். பால்யத்தில் நான் எஸ்.ராவின் கதைகளை படித்து அம்மொழி மீது காதலுற்றிருக்கிறேன். அவரது தமிழ் அக்காலத்தில் மொழியாக்கப்பட்ட மார்க்வெஸ், போர்ஹெஸ் போன்றோரின் மொழியை போன்றே அடுக்கடுக்காய் நீளமாய் இருக்கும். இம்மாதிரி வாக்கியங்களை *complex sentences* என்பார்கள். தான் அக்காலத்தில் மார்க்வெஸின் வாக்கியங்களை அலகலகாய் அலசி எந்த இடத்தில் எந்த சொல் வரும் என ஒரு டயரி முழுக்க எழுதி வைத்திருந்ததாய் எஸ்.ரா என்னிடம் ஒருமுறை கூறினார்.

இரண்டாயிரத்துக்கு பிறகு இந்த மார்க்வெஸ் தாக்கத்தில் இருந்து எஸ்.ரா விடுபட்டு இன்னும் துலக்கமான கூர்மையான மொழியை அடைந்து விட்டார். ஆனால் கோணங்கி விடுபடவில்லை. எஸ். ரா, கோணங்கி மற்றும் மொழியாக்கப்பட்ட லத்தீன் அமெரிக்க எழுத்தாளர்களால் தூண்டுதல் பெற்று எழுத வந்த அடுத்த தலைமுறையை சேர்ந்தவர்களான லஷ்மி சரவணகுமார், ஜெ.பி சாணகியா, மற்றும் எஸ்.செந்தில்குமாரின் மொழியும் இவ்வாறே *complex* வாக்கியங்களால் நிறைந்தது.

உதாரணமாய் ஜெ.பி சாணக்யாவின் "கறுப்புக்குதிரைகள்" கதையில் இருந்து:

"வெளியில் சுற்றித் திரியும் போது குதிரையின் ஞாபகத்தில் உச்சரிக்கும் தாளங்கள் காட்டில் விழுந்த விதைகளைப் போலக் கம்பீரத்துடன் பசும் மண்ணில் வளர்ந்தோங்கிக் கொண்டிருந்தன."

இந்த வாக்கியம் உங்களுக்கு முதலில் படித்ததுமே புரியாது. ஏனென்றால் இதன் *complex* வடிவம் தமிழுக்கு உரித்தானது அல்ல. இந்த ஒரு வாக்கியத்தினுள் மூன்றில் இருந்து நான்கு வாக்கியங்கள் பேனாகத்தி போல் மடிந்து இருக்கின்றன.

குதிரை வெளியில் சுற்றித் திரியும் போது

அது தன் ஞாபகத்தில் தாளங்களை உச்சரிக்கும்

அத்தாளங்கள் காட்டில் விதைகளைப் போல விழும்

அவை கம்பீரத்துடன் பசும் மண்ணில் வளர்ந்தோங்கின

மேலும் ஒரு உதாரணம்.

"தனக்காககிடத்தப்படும்படுக்கையில்நெடுநாள்பாதுகாக்கப்படும் சவத்தின் துர்வாடையினையும் ஸ்ர்ப்பங்கள் புணர்கையில் வெளிப்படும் மூர்க்கமும் பின்னிக்கிடந்ததாய் உணர்ந்தவனுக்கு கைவிரல்கள் மெலிந்து உதிரம் கட்டிப்போயிருந்தது" (லஷ்மி சரவணகுமார், "நீலநதி")

இவ்வாக்கியத்தின் சிக்கல் ஆங்கிலத்தில் அதிகம் பயன்படுத்தப்படும் செயப்பாட்டு வினையில் உள்ள "தனக்காக கிடத்தப்படும்" என்பதில் உள்ளது. "அவன் தான் கிடந்த படுக்கையில்" என்றிருந்தால் இன்னும் எளிது. அதே போல்

“கைவிரல்கள் மெலிந்து உதிரம் கட்டிப்போயிருந்தது” என்பதை உடைத்து தனிவாக்கியம் ஆக்கினால் இன்னும் சுலபமாகும். செயப்பாட்டு வினை முறையை லஷ்மி சரவணகுமார் மொழியாக்க கதைகளின் தாக்கத்தால் பெற்றிருக்க வேண்டும்.

இப்படியான தாக்கத்தை நான் ஒரு குற்றம் குறையாக பார்க்கவில்லை. ஒரு எழுத்தாளனின் மொழி அப்படியாக அச்சுபிசகாமல் மக்களிடம் இருந்து எடுக்கப்படுவதல்ல. அது அவனால் கட்டமைப்படுவது. அவனுக்கு மட்டுமே உரித்தானது. உதாரணமாய் தான் பயன்படுத்தும் குமரிமாவட்ட வட்டார தமிழ் எங்குமே பேசப்படுகிற ஒன்றல்ல; அது தான் உருவாக்கினது என்று ஜெயமோகன் கூறுகிறார். ஆங்கிலத் தாக்கமே இல்லாதது போல் தெரியும் வட்டார வழக்கு எழுத்தாளர்களின் தமிழும் செயற்கையாய் உருவாக்கப்பட்டது தான். ஆனால் ஒரே வித்தியாசம் சிலர் சூட்சுமமாய் அறிகுறிகளை மறைத்து விடுகிறார்கள். சிலர் தம் மொழியில் படியும் லிப்ஸ்டிக் உதட்டுக் கறையை அழிக்க மறந்து விடுகிறார்கள். அவ்வளவு தான்.

பி.ஏ கிருஷ்ணன் தன் நாவல்களை முதலில் ஆங்கிலத்தில் எழுதி விட்டு பிறகு தமிழாக்கி விடுவார். அவரது தமிழ் அழகானது. குறும்பும் துள்ளலும் கொண்டது. ஆனால் அதன் தொனி ஆங்கில இந்திய எழுத்தாளர்களுக்கு உரியது. அதே போல் சாரு நிவேதிதாவின் மொழிநடை உருவான முறையும் வித்தியாசமானது. சாரு நிவேதிதா லத்தீன் அமெரிக்க எழுத்தளர்களை தலைக்கு மேல் வைத்து கொண்டாடினாலும் அவரது மொழியில் நீங்கள் ஸ்பானிய தாக்கத்தை காண இயலாது. சாருவின் மொழி வெகுஜன, பத்திரிகை தமிழில் இருந்து உருவானது என ஜெயமோகன் அவதானிக்கிறார். அவரது சரளமும், வாசகரை உள்ளே இழுக்கும் அரட்டைத்தன்மையும் இப்படி சிறுபத்திரிகை உலகுக்கு சம்மந்தமில்லாத ஓரிடத்தில் இருந்து வருகிறது. சாரு மொழியை மட்டுமே இப்படி வெகுஜன தளத்தில் இருந்து எடுத்துக் கொள்ளவில்லை. மொழியுடன் வெகுஜன மனநிலையும் அவருடன் ஒட்டிக் கொள்கிறது. ஐரோப்பிய இலக்கியத்தில் இருந்து சாரு எதிர்க்கலாச்சார வாழ்க்கையை மட்டுமே எடுத்துக் கொள்கிறார். புக்காவஸ்கியும் வாரமலர் கிசுகிசுவும் இணைந்து ஒரு தனித்துவமான சாரு பாணி உருவாகிறது.

ஆங்கிலமும் தமிழும் இருவேறு மனநிலைகள். நீங்கள் இந்தியாவில் வசித்து அந்த அனுபவத்தை ஆங்கிலத்தில் எழுதினாலும், தமிழகத்தில் வாழ்ந்து தமிழிலே எழுதினாலும்,

ஆங்கிலம் மற்றும் தமிழில் ஒரேசமயம் எழுதினாலும் அது ஆங்கிலத்தன்மை கொண்டதாக இருக்கலாம். மொழி உங்களையே அறியாமல் உங்கள் தொனியை, வாழ்க்கை பார்வையை மாற்றி விடுகிறது.

ஆங்கிலத்தில் வாசிக்கையில் மற்றொரு பண்பாட்டை, மன அமைப்பை எதிர்கொள்கிறோம். அது நம் வாசிப்பை சற்றே சிரமமானதாக்குகிறது. ஆனால் இது ஆங்கிலத்தில் வாசிக்கையில் மட்டும் தோன்றுகிறதல்ல. நவீன தமிழ் எழுத்தாளர்களிடம் கச்சா பொருள் தமிழ் அனுபவமாய் இருந்தாலும் அவர்களது எழுத்தின் தொனியும் நடையும் அதன் வண்ணத்தையும் சுவையும் மற்றொன்றாக்கி விடுகிறது. சென்னை பிராமணர் ஹெமிங்வேயின் முகமூடி போடும் போது அங்கு ஒரு கலவையான மனநிலை வெளிப்படுகிறது. மதுரைக்கார எழுத்தாளர் ஸ்பானிய எழுத்தாளர்களின் மொழியை ஒரு கறுப்புக்கண்ணாடியாய் ஸ்டைலாய் எடுத்தணியும் போது அந்த வாழ்க்கையையும் சற்றே மாறி விடுகிறது.

யார் தாக்கமும் இன்றி எழுத முடியாதா? முடியாது. ஹெமிங்வேயும், கார்வரும் அப்படியே அமெரிக்க மொழியை, வாழ்க்கையை படியெடுத்து எழுதவில்லை. அங்கு உள்ள வாழ்க்கையை அங்கில்லாத ஒரு புது பார்வையில் புது மொழியில் படைத்தார்கள். அவர்களுக்கு ஐரோப்பிய எழுத்தாளர்கள் ஆதர்சமாய் இருந்தார்கள். மார்க்வெஸுக்கு பார்கனரும் ஹெமிங்வேயும் பெரும் தாக்கம் ஏற்படுத்தினார்கள். போர்ஹெஸை பாதித்த எழுத்தாளர்களின் பட்டியல் விசித்திரமானது. தமிழில் போர்ஹெஸை கொண்டாடியவர்கள் யாரும் பொருட்படுத்தாத ஜி.கெ செஸ்டெர்டன், ஹெச்.ஜி வெல்ஸ், வில்கி காலின்ஸ் ஆகியோர் அவருடைய ஆதர்ச நாயகர்கள். தஸ்தாவஸ்கி, காப்கா ஆகியோரும் அவரை பாதித்தார்கள்.

நாளை தமிழ் எழுத்தாளர்கள் உலக பிரசித்தி பெற்றால் அவர்கள் ஆங்கில எழுத்தாளர்களால் படிக்கப்பட்டு கொண்டாடப்பட்டால் நேர்மாறான விளைவு தோன்றலாம். தமிழ் வாழ்க்கையின் தாக்கத்தினால் உருமாறிய ஒரு புது ஆங்கிலம் கூடத் தோன்றலாம்.

(நன்றி: தீராநதி, நவம்பர், 2015)

வாசகன் முரண்பட்டு சண்டை போடலாமா?

விஷ்ணுபுரம் விருதைப் பற்றின சிறுகட்டுரை ஒன்றில் (*https://www.jeyamohan.in/111472#.W1q1adIzY2w*) ஜெயமோகன் இவ்வாறு எழுதுகிறார்:

விஷ்ணுபுரம் விருதுகள் அளிக்கத்தொடங்கி எட்டு ஆண்டுகளாகின்றன. 2010ல் ஒரு சிறுநட்புக்கூட்டமாக விஷ்ணுபுரம் இலக்கிய வட்டம் தொடங்கப்பட்டது. நட்புக் கூட்டத்தை ஓர் அமைப்பென்று ஆக்கி தொடர் சந்திப்புகளை நிகழ்த்துவதும், இலக்கிய விழாக்களை ஒருங்கிணைப்பதும் எங்கள் நோக்கமாக இருந்தது. தொடக்கத்திலேயே ஓர் உறுதியை மேற்கொண்டோம். எந்நிலையிலும் இது உளக்கசப்புகளுக்கான வெளியாக அமையக்கூடாது. இலக்கியம் முக்கியம்தான், நட்பு அதைவிட முக்கியம். கொள்கைகள் கோட்பாடுகள் என்று பேசுபவர்கள் இறுதியில் காழ்ப்புநிறைந்தவர்களாக, தனியர்களாக மாறிவிடுகிறார்கள். அது நிகழக்கூடாது."

எனக்கு ஜெயமோகன் மீது மிகுந்த மதிப்புண்டு. விஷ்ணுபுரம் அமைப்பும் நம் இலக்கிய வெளிக்கு அளப்பரிய பங்காற்றுகிறது என்பதை ஏற்கிறேன். ஆனால் ஜெயமோகன் ஒழுங்குக்கு அளிக்கும் இந்த மிதமிஞ்சிய முக்கியத்துவத்துடன் மட்டும் எனக்கு உடன்பாடில்லை. ஏன் என சொல்கிறேன்.

ஜெயமோகன் இதைப் பற்றி தொடர்ந்து பேசி வருகிறார் – தமிழ் சிறுபத்திரிகை சூழலின் கட்டற்ற போக்கு உள்கசப்புகளுக்கும் தனிநபர் அழிவுக்கு காரணமாகி விட்டது என்கிறார். ஆனால் இதே கட்டற்ற வெளிக்குள் இருந்து தான் தொண்ணூறுகளின் பல அபாரமான சாதனைகளும் நிகழ்ந்தன.

விஷ்ணுபுரம் வட்டத்தின் இருநாள் கருத்தரங்கில் கலந்து கொண்டவன் என்ற முறையில், அதில் பங்கேற்றவர்களுடன் உரையாடலில் இருப்பவன் என்ற முறையில் அங்கு போதுமான

கருத்து மோதல்கள் இல்லை, அது ஒரு முக்கிய குறை, போதாமை என்பதை நான் குறிப்பிட வேண்டும்.

“எங்கள் நோக்கம் கருத்துமோதல்கள் நிகழும் அதே சமயம் தனிநபர் காழ்ப்புகள் எழாத ஒரு வெளியை உருவாக்குவதே.” – இந்த நோக்கம் சிறப்பானது. ஆனால் நடப்பில் இது வேறுவிதமாய் இருக்கிறது. நான் கண்டவரை, அங்கு பங்கேற்கும் நண்பர்கள் என்னிடம் கூறியவரை, அங்கு தீவிரமான முரண்பாட்டு விவாதங்கள் நிகழ்வதில்லை. அதற்கு ஒரு காரணம் உண்டு.

அங்குள்ளவர்கள் ஒரு படைப்பை, ஒரு பிரதியை, ஒரு சிறிய எல்லையை வகுத்துக் கொண்டு விவாதிக்கிறார்கள். ஒரு படைப்பை அதனளவில் ஒரு எளிய எல்லைக்குள் வைத்து புரிந்து கொண்டால் போதும் என நினைக்கிறார்கள். இந்த கதையின் பின்னணி என்ன, இது எந்தளவு முக்கியமானதாக இருக்கிறது என பேசுகிறார்கள். (”வாசக சாலை” கூட்டங்களிலும் இதுவே நிகழ்கிறது.) ஒருவேளை இது இன்று புதிதாய் தோன்றி வரும் போக்காக இருக்கலாம். ஆனால் இது வாசிப்பின் அடிப்படை நோக்கிற்கு எதிரானது.

வாசிப்பது என்பது ஒன்றை புரிந்து கொள்வதல்ல. ஒன்றில் காலூன்றி மேலெழுந்து செல்வது. மரக்கிளையில் அமர்ந்துள்ள ஒரு பறவை சிறகடித்து பறந்து எழுந்து வானில் பறப்பது. அப்படி பறந்து எழுவதற்கு தத்துவம் உள்ளிட்ட ஏதாவது ஒரு சித்தாந்த பின்புலம் அவசியம். உ.தா., புதுமைப்பித்தனின் “சாப விமோசனம்” கதையை அதன் பின்னணி, அது ஏற்படுத்தும் அனுபவம், அது என் வாழ்வில் எனக்கு நினைவுபடுத்தும் விசயங்கள் தரையோடு தரையாக அதைப் படிக்கலாம். இன்னொரு வாசிப்பு அதைக் கொண்டு உளவியல், தத்துவம் ஆகிய துறைகளில் நிகழ்ந்துள்ள விவாதங்களைப் பேசலாம். நீங்கள் அக்கதையை பேசி லக்கானுக்கு சென்று, அவர் இச்சை பற்றி சொல்வதென்ன என விவாதித்து, அதைக் கொண்டு கௌதமரின் பிரச்சனை என்னவாக இருக்கும் என தொட்டுக் காட்டி, அங்கிருந்து பொதுவாக நமது மனித மனத்தின் சிக்கல் ஒன்றை விவாதிக்கலாம். இந்த விவாத பாணியில் நீங்கள் ஒரு கதையை அக்கதையை தாண்டிச் செல்ல பயன்படுத்துகிறீர்கள்.

இரு பிரதிகளை பக்கத்தில் பக்கத்தில் வைத்து வாசிக்கும் பாணி நான் பரிந்துரைப்பது. உ.தா., நீங்கள் “சாப விமோசனம்” கதையையும்

பார்த்தின் *A Lover's Discourse*ஐயும் பக்கத்தில் பக்கத்தில் வைத்துப் படிக்க முடியும். (நான் இதை என் வகுப்புகளில் செய்கிறேன்.) அது ஒரு அபாரமான அனுபவமாய், மனத்தை விரியச் செய்யும், அறிவுக் கிளர்ச்சி தரும், அனுபவமாய் அமையும். விஷ்ணுபுரம் கூட்டங்களில் இல்லாமல் போவது இது தான்.

இதன் காரணம் எளிதானது: அங்கு ஒரு அடிப்படை விதி சித்தாந்தம், தத்துவம் ஆகியவற்றை வாசிப்புக்கு பயன்படுத்தல் ஆகாது என்பது. இது முள்கரண்டியால் மட்டுமே இட்லியை பிய்த்து சட்னியில் தொய்த்து நீங்கள் சாப்பிட வேண்டும் என வலியுறுத்துவது போல; அப்படி சாப்பிடும் போது அது மிஸ் ஆகி உங்கள் வெள்ளை சட்டையில் படக் கூடாது என்பது போல.

நான் குறிப்பிடும் விசயம் தீவிர உட்குழு விவாதங்களில் சிறப்பாக அமையும் ஒன்று. நான் பங்கேற்ற சிறுபத்திரிகை கூட்டங்களில் இது நடந்துள்ளது. தொண்ணூறுகளில் கலை இலக்கிய பெருமன்ற கூட்டங்களில் இது நடந்துள்ளது. ஆனால் துரதிருஷ்டவசமாய் இன்றைய இலக்கிய கூட்டங்கள் ஒன்று "இலக்கிய பேருரை" கூட்டங்கள் ஆகின்றன. கைத்தட்டல்கள் காதைப் பிளக்கும் கூட்டங்கள் இவை. பழைய பட்டிமன்ற கூட்டங்கள் இன்றில்லாததன் வெற்றிட்டத்தை இவை எடுத்துக் கொள்கின்றன. அடுத்து, எளிய இலக்கிய விளக்க கூட்டங்கள்.

“விஷ்ணுபுரம்” கூட்டங்கள் எந்த இடத்தை எடுத்துக் கொள்கின்றன, அங்கு உண்மையிலே தீவிர கருத்துமோதல்கள் (எந்த சித்தாந்த எடுத்தாள்கையும் இன்றி) நிகழ்கின்றனவா என்பதை அக்குழுவின் நண்பர்களே நிறுவ வேண்டும்.

நான் இந்த குறைக்கு ஜெயமோகனை முழுக்க பழிக்க மாட்டேன். ஏனெனில் ஊட்டி கருத்தரங்கில் தொண்ணூறுகளில் கலந்து கொண்டவன் என்ற முறையில் அங்கு உண்மையிலேயே கருத்துமோதல்கள் நடந்தன என்பதை அறிவேன். ஜெயமோகனுக்கு நேர் எதிராய் யுவனும் தேவதேவனும் கவிதை பற்றின விவாதங்களில் உரையாடியதை நான் நினைவுகூர்கிறேன். விஷ்ணுபுரம் கூட்டங்களின் இன்றைய பிரச்சனை அங்கு “யுவன்கள்” இல்லை என்பது. சோறை மென்று தின்னும் போது பல்லில் கடிபடும் சிறுகற்கள் அங்கு இல்லை என்பது. அது நிச்சயம் ஜெயமோகனின் தவறு அல்ல.

ஒருவேளை இது இந்த காலத்தின் தேவையாக இருக்கலாம்.

இலக்கிய நிகழ்வுகளில் கருத்து மோதல்கள் அவசியமா?

விஷ்ணுபுரம் இலக்கிய நிகழ்வை ஒட்டி எனக்கும் ராஜகோபாலுக்குமான விவாதத்தின் தொடர்ச்சி இது. தன் பின்னூட்டத்தில் அவர் சொல்கிறார்.

(இந்த உரையாடல்கள் ஒரு எழுத்தாளரை கௌரவிக்கும் நிகழ்வு.)

இந்த கூற்றும் விசித்திரமாய் உள்ளது. கௌரவிக்கும் நிகழ்வுகளை நான் கண்டிருக்கிறேன். இந்நிகழ்வுகளில் எழுத்தாளரைப் பற்றி விமர்சகர்களோ வாசகர்களோ போற்றிப் பேசுவார்கள். ஆனால் உங்கள் நிகழ்ச்சிகள் வாசகர் கேள்விகளுக்கு எழுத்தாளன் பதிலளிக்கும் நிகழ்வுகள். சொல்லப் போனால், உங்கள் நிகழ்ச்சியில் தான் கடுமையான சிக்கலான கேள்விகளை நான் எதிர்கொண்டேன். வேறு எழுத்தாளர்களும் அவ்வாறே உணர்ந்திருப்பார்கள் என புரிந்து கொள்கிறேன். என் பிரச்சனை அது அல்ல. இக்கேள்விகளை ஜெயமோகன் மட்டுமே எழுப்பினார் என்பதே என் பிரச்சனை. அவர் மட்டுமே ஒரு இலக்கிய நிகழ்ச்சியின் முழுமையான பங்கேற்பாளராய் இருந்தார். பிறர் விலகி நின்று கவனித்தனர். நீங்கள் ஏன் ஜெ.மோவைப் போன்று கடும் வினாக்களை எழுத்தாளனை நோக்கி எழுப்பவில்லை, இவ்வினாக்கள் உருவாக்கிய கருத்துக்களை ஒட்டி விவாதங்கள் நிகழ்த்தவில்லை என்பதே என் ஒரே கேள்வி.

உங்கள் விழாவை விமர்சிப்பதல்ல, அதை அடுத்த கட்டத்துக்கு நீங்கள் எடுத்துச் செல்ல வேண்டும் என வலியுறுத்துவதே என் நோக்கம். பழைய நிறப்பிரிகை இதழ்களில் விவாதம் என்றொரு பகுதி வரும். அறிவுஜீவிகளும் சிறுபத்திரிகையாளர்களும் கூடி விவாதித்து அதையே பிரசுரிப்பார்கள். அவ்விவாத கருத்துக்களே பின்பு ரவிக்குமாரும் அ.மார்க்ஸும் ரா. அழகரசனும் எழுதிய கட்டுரைகளும் நூல்களுமாய் மலர்ந்தன.

ஒரு நிகழ்வில் இதை நூற்றுக்கணக்கானோர் செய்ய முடியாது என அறிவேன். ஆனால் ஜெயமோகனைத் தொடர்ந்து எதிர்கேள்விகளைக் கேட்கும் பத்து பேராவது உங்கள் அமைப்பில் வேண்டும். அவர்களை இரண்டாம் கட்ட தலைமை எனலாம். விவாதங்களை அவர்கள் பல கோணங்களிலாய் எடுத்துச் செல்ல முடியும். அரங்கின் பார்வையாளர்கள் அவர்களைக் கண்டு கற்றுக் கொள்ளும் விதம் அவர்கள் சர்ச்சிக்க வேண்டும். இரண்டாம் கட்டத் தலைமையைக் கண்டு தூண்டப்பட்டு பார்வையாளர்களில் மேலும் சிலர் மாற்றுக்கருத்துக்களை, கேள்விகளை எழுப்புவார்கள். அப்போது அவர்கள் மூன்றாம் கட்ட தலைமையாய் உருவாவாகக் கூடும். அப்படியே ஒரு அமைப்பு விரிவடைந்து வளர முடியும். ராணித்தேனீயை மையமாய் வைத்து நீங்கள் செயல்பட்டால் ஒரு இலக்கிய இயக்கமாய் நீங்கள் உன்னதமான, படைப்பூக்கமான எதையும் சாதிக்க முடியாது.

ஒரு கதையில் இன்னின்ன சமாச்சாரங்கள் எதார்த்தமாய் இல்லை என யோசிப்பது மிக மிக எளிய நிலை அணுகுமுறை. பெரும்பாலானோர் இப்படியே யோசித்து கேள்விகளை எழுப்புதல் ஆரோக்கியமானது அல்ல. ஒரு பிரதியை நாம் வாசிப்பது அதை அறிய அல்ல. அதன் வழி உலகையும், மனித மனத்தையும், மனித இருப்பையும் அறிவதற்கே.

படைப்பாளியை கடந்து இவ்விசயங்களை சிந்திப்பதே வளரும் வாசகர்களின் பணி. நல்ல வாசகன் என்பவன் எழுத்தாளனைக் கடந்து யோசிப்பான். அதனாலே தீவிரமான வாசகர்கள் பலர் எழுத்தாளனை சந்திக்காமலே இருப்பதை நான் அறிவேன். ஆகையால் "எழுத்தாளனை கௌரவிப்பது" ஆகிய சொல்லாடல்களை நீங்கள் கடந்து வர வேண்டும் என்பது என் கோரிக்கை.

இந்த சொல்லாடலே "வாசிப்பு என்பது பிரதியின் உள்ளிருந்து ஒரு கருத்தை எடுப்பதற்கான நடவடிக்கை; எழுத்தாளனே இக்கருத்தை உருவாக்குகிறான்" எனும் தவறான புரிதலில் இருந்து வருகிறது என நினைக்கிறேன். ஆனால் எழுத்தாளன் என்றுமே இலக்கிய உலகின் மையம் அல்ல; மனத்தையும் இருப்பையும் அணுகி நுணுகி ஆழமாய் அறிவதற்கான ஒரு கருவி மட்டுமே இலக்கியம். அதனாலே, நமது மரபு இலக்கியமும் பக்தியும் கடலை நோக்கிச்

செல்லும் இரு ஆறுகள் என சித்தரிக்கிறது. நீங்கள் இலக்கிய வாசிப்பை ஒரு நவீன கார்ப்பரேட் வாடிக்கையாளர் அனுபவமாய் கருதக் கூடாது என வேண்டுகிறேன் (அந்த கடல் தான் நமது இருப்பின்மை எனும் இருப்பு. இதை நான் அல்ல, தத்துவஞானி ஹெய்டெக்கர் சொல்கிறார். அவர் இருப்பைப் பற்றி விவாதிக்க கவிதை விமர்சனத்தையே பயன்படுத்துகிறார்.).

சரி, அப்படி என்றால் ஒரு தத்துவக் கருத்து, அரசியல் பிரச்சனையை விவாதிப்பதற்கான ஒரு கருவி மட்டும் தான் இலக்கியமா? மார்க்ஸியம் என்ன சொல்கிறது என ஒரு கவிதையைக் கொண்டு விவாதிப்பது தான் வாசிப்பா? அல்ல.

அந்த தத்துவக் கருத்தும், அரசியல் பிரச்சனையும் கூட ஒரு கருவி மட்டுமே. இலக்கு என்பது நமது இருப்பை அறிவது மட்டுமே. இலக்கியம் ஒரு கை, அறிவுத்துறை அல்லது சமூக கருத்தியல் மற்றொரு கை. இக்கைகளில் பயணிந்து செல்லும் ஒரு தீப்பந்தமே அறிவுத் தேடல்/வாசிப்பு. வெளிச்சத்தின் பெருவெளியை அடைந்த பின் தீவட்டி தேவையிருக்காது. அதை வீசி விடுவோம். இருளும் ஒளியும் அற்ற அந்த இருமையற்ற வெளியில் நாம் தற்காலிகமாய் கலந்து நம்மை இழப்போம்.

இதுவே இலக்கிய வாசிப்பு பற்றின என் விளக்கம். இக்கதையில் இக்கதாபாத்திரம் ஏன் வெயில் காலத்தில் மழைக்கோட்டு அணிகிறார் என விசாரிப்பதல்ல. அது எல்.கே.ஜி பையன்களின் கேள்வி. வாசிப்பு அதையெல்லாம் தாண்டின ஒரு நடவடிக்கை.

நாளை ஆங்கில இலக்கிய வகுப்பு நீங்கள் எடுக்கையில் சமூக அரசியல் ஆர்வக் கொந்தளிப்பு என தினம் உங்கள் மாணவர்கள் பொங்கினால் என்ன செய்வீர்கள்? இது கல்லூரி வகுப்பல்ல என சொல்லப்போகிறீர்களா?

இதற்கும் நான் மேலே சொன்னது தான் பதில். இலக்கியம் என்றுமே வாசகனின் இலக்கு அல்ல.

மேலும், ஒரு இலக்கிய பிரதியை அதற்கு உள்ளாக மட்டுமே நீங்கள் வாசித்துப் புரிந்து கொள்ள இயலாது. வாசிப்பு முரணியக்க தன்மை கொண்டது. ஒன்றை ஒட்டி நின்றபடியே அதைக் கடந்து செல்ல எத்தனிப்பதே உன்னதமான வாசிப்பு. உ.தா, என் வகுப்பில் நான்

வெர்ஜீனியா வூல்பின் ஒரு நாவலை விவாதிக்கிறேன். அப்போது ஒரு மாணவி எழுந்து அந்நாவல் தனக்கு நினைவூட்டும் ஒரு சமூக நிகழ்வைப் பற்றி பேச விரும்புகிறார். நான் அவரைப் பேச அனுமதிப்பேன். ஏனென்றால் ஒரு சமூக நிகழ்வை ஆவேசமாய் சர்ச்சிப்பதன் வழி அவர் அந்த பிரதியை இன்னும் ஆழமாய் உணர்ச்சிகரமாய் அந்தரங்கமாய் அணுகப் போகிறார் என்றால் அது அவர் வாசிப்பை இன்னும் மேலானதாக அல்லவா ஆக்கப் போகிறது? மேலும் இன்றைய காலத்தில் இலக்கியத்தையும் அன்றாட நிகழ்வுகளையும் தனித்து பார்ப்பது கிட்டத்தட்ட அசாத்தியம் என்றே எண்ணுகிறேன்.

இதனால் விவாதம் திசை மாறிச் செல்லாதா?

ஒரு விவாதத்தின் நோக்கம் முரண்படலின் வழி அறிவை அடைவது என புரிந்து கொள்வோம். அப்போது, அறிதல் என்பது தனி மனித செயல்பாடாக மட்டுமே இருக்கிறது. கூட்டு செயல்பாடாக அல்ல. ஒருவர் பேச இன்னொருவர் கேட்டு அறிவது அல்ல அறிதல். (அதை "விக்கிப்பீடியா அறிதல்" என வேண்டுமென்றால் கூறலாம்).

ஒரு கூட்டம் மிகக் கச்சிதமாய் கராறாய், எந்த திசை மாற்றமும் இன்றி நடத்தப்படுகிறது என்றால் அதனால் பார்வையாளர்கள் மேம்படுவார்கள் என எந்த உத்தரவாதமும் இல்லை. ஏனெனில் அறிவு ஒரு பண்டம் அல்ல; அதை வாங்கி புசிக்க முடியாது. காலை 9 மணி முதல் இரவு 9 வரை ஒரே இடத்தில் ஒழுக்கமாய் இருந்தால் அது கிடைக்காது.

ஆக விவாதம் ஒரு வரையறைக்குள் நடக்கிறதா, வரையறையை மீறிச் செல்கிறதா என்பது பொருட்டே அல்ல.

வரையறையை மீறி நடக்கும் ஒரு உக்கிரமான, நாணயமான விவாதத்தின் வழி நீங்கள் சற்றும் எதிர்பாராத ஒன்றை அடைய முடியும். நான் அப்படியே அடைந்திருக்கிறேன். இதையும் நம் இந்திய மரபே தொடர்ந்து வலியுறுத்துகிறது. உ.தா, மகாபாரதப் போர் நடக்கப் போகிறது. அனைவரும் ஆயுதங்கள், வியூகங்கள் மற்றும் பெரும் படைகளுடன் தயாராக இருக்கிறார்கள். அப்போது அர்ஜுனன் மட்டுமே ஆயுதங்களை கீழே வைத்து போரிட மறுக்கிறான். அதாவது தனக்கு அளிக்கப்பட்ட வரையறையை

அவன் கடக்கிறான். மீறுகிறான். போர்க்கள ஒழுங்கை மறுக்கிறான். அவன் போரிடாமல் கண்ணனுடன் விவாதிக்கிறான். அப்படித் தான் கீதை உபதேசிக்கப்படுகிறது. அதன் வழி அர்ஜுனன் ஞானம் பெறுகிறான். நீங்கள் கோருவதைப் போல் "ஐயோ இது நமக்கு இப்போதைக்கு விதிக்கப்பட்ட வேலை அல்ல. நம்மிடம் இந்த இடத்தில் நமக்கு அளிக்கப்பட்ட விதிமுறைகள் படி நாம் சண்டை இட வேண்டுமே ஒழிய விவாதிக்கக் கூடாது." என்றெல்லாம் யோசித்து கடமையே என அர்ஜுனன் சண்டையிட்டிருந்தால் பகவத் கீதை நமக்கு கிடைத்திருக்காது. இப்படி நான் நமது மரபில் இருந்து நூறு உதாரணங்களைத் தர முடியும்.

பின்குறிப்பு: மறுத்து முன்னகர்தல் என்பது கருத்தளவில் தான் நிகழ வேண்டுமென்பதில்லை. புனைவுத்தளத்திலும், கவிதைக்குள்ளும் நிகழலாம். ஆனால் முரண்பட்டு எல்லைகளை மீறிச் செல்லும் எல்லாவற்றுக்கும் அடிப்படையே. எல்லாருடனும் ஒத்துப் போகிறவர்கள் எழுதவே இயலாது. வண்ணதாசன் என்பவர் சு.ராவை (மௌனமாய்) மறுத்தே நிலை கொள்கிறார். சு.ராவின் பாணியை அவர் மறுக்காமல் ஏற்றிருந்தால் அவரே இல்லை. இங்கே நாம் தர்க்க விவாதங்களைப் பற்றி பேசியதாலே நான் புனைவு வெளியில் நிகழும் மறுத்து முன்னகரும் விசயத்தை பெரிதாய் வலியுறுத்தவில்லை.

வாசகன் எனும் தனியன்

"தொடக்கத்திலேயே ஓர் உறுதியை மேற்கொண்டோம். எந்நிலையிலும் இது உளக்கசப்புகளுக்கான வெளியாக அமையக்கூடாது. இலக்கியம் முக்கியம்தான், நட்பு அதைவிட முக்கியம். கொள்கைகள் கோட்பாடுகள் என்று பேசுபவர்கள் இறுதியில் காழ்ப்புநிறைந்தவர்களாக, தனியர்களாக மாறி விடுகிறார்கள். அது நிகழக்கூடாது." (ஜெயமோகன்)

இந்த கூற்றை நுணுக்கமாய் நோக்கினால் சில சுவாரஸ்யமான விசயங்கள் புலப்படுகின்றன. ஒன்று, இலக்கிய வெளியில் விவாதங்களும் கருத்துமோதல்களும் அல்ல, நட்பார்ந்த கூட்டு செயல்பாடுகளே முக்கியம் என ஜெயமோகன் சொல்வது இந்த காலத்துக்கு எவ்வளவு பொருத்தமாய் உள்ளது என்பது.

ஜெயமோகனின் இந்த வாக்கியத்தை படித்த போது எனக்கு உடனடியாய் நினைவு வந்தவை இரு காட்சிகள்: 1) சு.ராவின் "ஜெ. ஜெ சில குறிப்புகளில்" ஜெ.ஜெ இலக்கிய கூட்டங்களில் கலந்து கொள்ளும் போதும் பல இடங்களுக்கு அலையும் போதும் அவன் எப்படி யாருடனும் கலந்திடாமல் தனியனாகவே இருக்கிறான் என்பது.

2) தமிழக இடதுசாரி அமைப்புகளில் உள்ள படைப்பாளிகள் மற்றும் அறிவுஜீவிகள். குறிப்பாய் பொன்னீலனும் லஷ்மி மணிவண்ணனும். தனிப்பட்ட முறையில் எனக்கு அண்ணாச்சி மீது மிகுந்த மரியாதை உண்டு; அதே மரியாதை லஷ்மி மணிவண்ணன் மீது இல்லை. ஆனால், அதே நேரம், இருவரில் நவீன இலக்கிய படைப்பாளி யார் என்றால் அது லஷ்மி மணிவண்ணன் தான். (அண்ணாச்சி எழுதியது மார்க்ஸிய அமைப்பின் இயக்க சிறப்பை, லட்சியவாதத்தின் எழுச்சியை பேசிய இடைநிலை இலக்கியம்.) நான் நாளை ஒரு இலக்கிய கூட்டத்துக்கு உரையற்ற பேச்சாளர் வேண்டுமெனில் அண்ணாச்சியை அழைப்பேன். அவருக்கு

பேச்சாற்றலும் தேர்ந்த இலக்கிய வாசிப்பும் உண்டு. அவர் என்ன பேசுவார் என ஓரளவு நாம் ஊகித்து தயார் செய்து கொள்ள முடியும். ஆனால் லஷ்மி மணிவண்ணன் எதிர்பாராமைகளால் செய்யப்பட்ட ஒரு அணுகுண்டு. நான் அவர் பேச்சை ரசிப்பேன் என்றால் ஒரு கூட்டத்தை ஒருங்கிணைப்பவன் என்றால் அவரைக் கண்டு, அவர் ஏற்படுத்தக் கூடிய குழப்பங்களைக் கண்டு, அஞ்சுவேன்.

தமிழின் இரு முக்கிய இடதுசாரி இலக்கிய அமைப்புகள் எனில் அவை கலை இலக்கிய பெருமன்றம் மற்றும் முற்போக்கு எழுத்தாளர் சங்கம். இரண்டிலும், நவீன கோட்பாடுகள் மற்றும் இலக்கியத்துக்கு அதிக வரவேற்பை அளித்தது கலை இலக்கிய பெருமன்றமே. அங்கே தனியர்களும் அதிகம். அங்கிருந்தே முக்கிய தீவிர படைப்பாளிகள் ஒப்பீட்டளவில் அதிகம் வந்திருக்கிறார்கள். முற்போக்கு எழுத்தாளர் சங்கத்தில் கலை இலக்கிய பெருமன்றத்தளவு உள்மோதல்கள் அதிகம் இல்லை. ஏனெனில் அது ஒரு கராறான வலிமையான அமைப்பு. அடிபணிதலை, ஒருமையை, இயக்க ஒழுக்கத்தை கோரும் அமைப்பு. கலை இலக்கிய பெருமன்றம் அளவுக்கு அவர்கள் பிறழ்வுகளை அனுமதிப்பார்களா என்பது ஐயமே!

தனியர்கள் ஏன் முக்கியம் என்பதற்கு என்.டி ராஜ்குமார் ஒரு நல்ல உதாரணம். கலை இலக்கிய பெருமன்றத்தில் இருந்து வந்த கவிஞர்களில் அவரே முதன்மையானவர். அவர் மன்றத்துள் இருந்தபடி அதிகம் செயல்பட்ட அளவு அதனுடன் அதிகம் முரண்பட்டு மோதக் கூடியவராகவும் இருந்திருக்கிறார்.

ஒரு அமைப்பின், நிறுவனத்தின் பொதுமையான போக்குகளுடன், நம்பிக்கைகளுடன், ஒழுங்குடன், சமூகமாக்கல் செயல்பாடுகளுடன் ஒத்துப் போக முடியாதவர்களாகவே கணிசமான படைப்பாளிகள் உலகம் முழுக்க இருக்கிறார்கள். அப்படி இருந்தால் தான் எழுத்தாளன் என நான் கோரவில்லை. ஆனால் தனியனாய் இருப்பதே படைப்பாளியின் இயல்பாக உள்ளது. நீங்கள் தமிழின் எந்த ஒரு சிறந்த படைப்பாளியையும் எடுத்துப் பாருங்கள். அவர்கள் தனித்து நின்று வாள் வீசுகிறவர்களாகவே இருக்கிறார்கள். படைப்பாளிகள் பேசும் போது அதிக சர்ச்சை தோன்றுவதும், அவர்கள் அதிகம் தனிமையில் உழல்வதும், அவர்கள் புறக்கணிப்பு

உணர்வுடன் வாழ்வதும் இதனால் தான். இது அவர்களின் வாழ்வில் இருந்து பிரித்தெடுக்க இயலாத அம்சம்.

இதற்கு ஜெயமோகனே ஒரு நல்ல உதாரணம். அவர் ஆரம்பத்தில் தொழிற்சங்கத்தில் செயல்பட்டிருக்கிறார். ஆனால் இயக்கம் கோரும் எந்திர ஒழுங்குடன் உடன்பட முடியாமல் அதில் இருந்து விலகினார். அந்த கசப்பான கொந்தளிப்பான அனுபவம் கொண்டு அவர் எழுதியதே "பின் தொடரும் நிழலின் குரல்". அதில் மைய பாத்திரம் அருணாச்சலம் ஒரு இடதுசாரி. அமைப்புடன் முரண்பட்டுப் பிரிந்த ஒரு ஆளுமையினால் (வீரபத்ர பிள்ளை) ஈர்க்கப்பட்டு அவர் அதைப் பற்றி படிக்கத் துவங்கி மெல்ல மெல்ல அமைப்புடன்தானும் முரண்படுகிறார். ஆனால் இந்த முரண்பாடும் அதனால் நிகழும் இயக்கத்துடனான விரிசலும் அவரது மனத்தை சிதைக்கின்றன. அவர் இந்த உளச்சிக்கலில் இருந்து எப்படி அன்பின் வழி மீள்கிறார் என்பதே நாவலின் சுருக்கம். அருணாச்சலம் வீரபத்ர பிள்ளை பற்றி நூலெழுத நினைக்கையில் இயக்கம் அதை எதிர்க்கிறது; அவரை இயக்கத்துக்கு எதிராய் செயல்பட வேண்டாம் என அறிவுறுத்துகிறது. ஆனால் இயக்கமா உண்மையா எனும் கேள்வி வரும் போது அவர் உண்மையின் பக்கம் சாய்கிறார். அதாவது "தனியன்" ஆகிறார்.

எனக்கு இப்போது எழும் கேள்வி ஏன் ஜெயமோகன் தான் நாவலில் சித்தரித்த ஒன்றிற்கு நேர் எதிராக இப்போது பேசுகிறார் என்பது; இயக்கமா புகாரினா எனும் போது அவர் புகாரினை இப்போதைக்கு ஓரமாய் தூக்கிப் போடுவோம் என்கிறாரா? "இலக்கியம் முக்கியம்தான், நட்பு அதைவிட முக்கியம்." – இது தோழர்கள் அருணாச்சலத்திடம் சொல்வது போன்றே உள்ளது. (இலக்கிய சர்ச்சைகளும் பல்லாயிரம் பேர் ரஷ்யாவில் கொல்லப்பட்ட அரசியல் உண்மையைப் பற்றி துணிந்து பேசுவதும் ஒன்று அல்ல என்றாலும் கூட!)

ஒருவேளை ஜெயமோகனே இரண்டு மனிதர்களாக இருக்கலாம்: 1) எழுத்தாளனாய் தனியனாய் இருக்கும் ஜெயமோகன்; 2) தன் வாசக அமைப்புக்காய் இணக்கத்தை கோரும், தனியர்களை களைய கோரும் ஜெயமோகன்.

தனியர்கள் எனும் போது நாம் லஷ்மி மணிவண்ணன், விக்கிரமாதித்யன் என மட்டும் கருதக் கூடாது; சு.ராவும்

அசோகமித்திரனும் கூட கூட தனியர்கள் தாம். அசோகமித்திரனை ஐந்து நிமிடம் பேசக் கேட்டால் அது நிச்சயம் சர்ச்சையில் போய் முடியும், அவர் மிக அமைதியாய் பவ்யமாய் பேசுவதாய் தொனித்தாலும். சு.ரா அடிப்படையில் மென் இடதுசாரி என்றாலும் வாழ்நாளெல்லாம் இடது அமைப்புகளுடன் ஓயாது போரிட்டபடி இருந்தார்; அதனால் அவர்களால் தொடர்ந்து பழிக்கப்பட்டார். அமைப்புகளில் சதா புன்னகைத்து கைகட்டி இருந்தபடி எழுதும் ஒரு முக்கிய படைப்பாளியை சொல்லுங்களேன். எனக்கு சத்தியமாய் தெரியவில்லை.

தமிழ் எழுத்தாளர்களில் மிக ஸ்நேகமான மனிதர்கள் (வண்ணதாசன், பாவண்ணன்) கூட அவர்கள் அளவில் தனியர்களே. மனுஷ்யபுத்திரன் திமுகவில் இருந்தாலும் தன் இலக்கிய செயல்பாடுகளை தனித்து வைத்திருக்கிறார். அரசியல் களத்தில் திமுகவினருடன் முரண்பட மாட்டார்; ஆனால் இலக்கிய களத்தில் முரண்பட்டபடியே தான் இருக்கிறார்.

ஒரு வாசகனின் இலக்கு என்பது நான் மேலே குறிப்பிட்ட ஆளுமைகளின் அளவிற்கு தம்மை உயர்த்துவதும், தன் சிந்தனை மற்றும் படைப்புத் திறன்களை மெருகேற்றுவதும். அதற்கு வாசகன் தனியனாய் இருப்பதைத் தவிர வேறு வழியில்லை. நீங்கள் தேனீக் கூட்டை உருவாக்கும் தேனியாய் இருக்கப் போகிறீர்கள் என்றால் உங்களுக்கு இலக்கியத்தில் என்ன இடம்? ஒன்றுமில்லை. நீங்கள் தனித்து வேட்டையாடும் புலி என்றால் உங்களுக்கு ஓரிடம் உண்டு.

நீங்கள் வெறும் அடிமைத் தேனீக்களா எனும் கேள்வியை நான் இந்த வாசகர்களை நோக்கி எழுப்ப விரும்புகிறேன்!

தமிழர்கள் *vs* மலையாளிகள்: வாசிப்பும் பண்பாட்டு ஓர்மையும்

நான் எப்போதுமே மலையாளிகள் சர்வநேரமும் இலக்கியம் வாசிப்பதாகவோ அவர்களில் பெரும்பாலானோர் வாசிப்பு பழக்கம் கொண்டவர்கள் என்றோ நம்பியதில்லை. என்னுடைய கருத்து அவர்கள் தமிழர்களை விட அதிக பண்பாட்டு ஓர்மை கொண்டிருக்கிறார்கள், உயர்கலைகளான இலக்கியம், இசை, தமது அடையாளமான நாட்டுப்புற கலைகள் (ஓட்டம் துள்ளல்) துவங்கி செவ்வியல் நிகழ்த்துகலைகள் (கதகளி, மோகினி ஆட்டம்) வரை அவர்கள் போற்றிப் பாதுகாக்கிறார்கள், அது மிக முக்கியம் என்பதே.

நம்முடைய அடிமுறை இங்கிருந்து கேரளாவுக்கு சென்று களரிப் பயிற்று ஆக வளர்ந்தது; அவர்கள் களரிக்கென பயிற்சிக்களங்கள், பள்ளிகளை தொடர்ந்து நடத்தி வருகிறார்கள். நம்மூரில் இருந்து அடிமுறை சீனாவுக்கு சென்று குங் பூவாகி, பௌத்த தத்துவத்தின் சாரத்தை உறிஞ்சி ஒரு அற்புதமான சண்டைப் பயிற்சியாகியது; உலகம் முழுக்க புரூஸ் லீ வழி அது பரவியது. நம்மவர்கள் அடிமுறை, சிலம்பக் கலையை சற்றாவது பொருட்படுத்தி இருக்கிறார்களா? இசையையும் நடனத்தையும் எடுத்துக் கொண்டால் கோயில் சார்ந்து இக்கலைகளை தமிழர்கள் (சில சமூகங்கள்) ஒரு காலத்தில் பயின்றிருக்கிறார்கள், ஆனால் வெள்ளைக்காரர்களின் கட்டுப்பாட்டுக்கு தமிழகம் வந்ததும் இவை அழியத் தொடங்கின. தமிழர் இசை இன்னொரு பக்கம் கர்நாடகம், ஆந்திரம் எனப் பயணித்து வளர்ந்து, பிராமணர் வசம் சென்று செவ்வியல் இசையாக வளர்ந்தது; தமிழர் இசையெனும் அடையாளம் களையப்பட்டு கர்நாடக இணையானது; தமிழர் நடனமும் (சதிர்) தமிழரால் கைவிடப்பட்ட பின் பரத நாட்டியம் எனும் பக்தி மார்க்க நிகழ்த்து வடிவமானது. இந்த பிராமணர் இல்லையெனில் இவையிரண்டையும் நாம் முழுக்க மறந்திருப்போம். இக்கலைகளை அவர்கள் தமது பண்பாட்டு

அடையாளமென வரித்துக்கொண்டு வழிவழியாக கற்றுத்தேர்ந்து நிதியளித்து நிறுவனங்கள் அமைத்து வளர்த்து பாதுகாத்தார்கள். கடந்த அரை நூற்றாண்டு தான் - ஆனால் அதற்கும் கர்நாடக சங்கீதத்தையும் பரத நாட்டியத்தையும் உச்சிகோபுரத்தில் கொண்டு போய் வைத்து விட்டார்கள்.

இன்று தெருக்கூத்து கிராமங்களில் நடக்கிறது, ஆய்வாளர்களும் உள்ளூர் மக்களில் சிலரும் போய்ப் பார்க்கிறார்கள். ஆனால் கணிசமான மக்களுக்கு இந்த வடிவங்கள் தமது பண்பாட்டுப் பெருமை எனும் உணர்வு இல்லை, அவர்கள் மானாடு மயிலாடு தாம் தமது அடையாளம் என நினைக்கிறார்கள். ஏன் பிராமணர்களுக்கு கர்நாடக இசை மீதுள்ள அக்கறை பொது தமிழ் சமூகத்துக்கு தம் இசை மீது இல்லை? உடனே எளிய தமிழரின், பொது தமிழ் சமூக நீரோட்டத்தின் கலைஞன் இளையராஜா என தூக்கிக் கொண்டு வராதீர்கள் - சினிமா ஒரு போதும் மரபான மக்கள் கலைகளுக்கு மாற்றாகாது; சினிமாவில் பண்பாட்டுக் கூறுகளுக்கு, நினைவுகளுக்கு இடமிருக்காது, தொடர்ச்சி இருக்காது, நேற்று செவ்வியல், நாட்டுப்புற இசை, அடுத்து கானா, அடுத்து ராக் இசை, அதற்கு அடுத்து வேறொரு இசைவடிவம் என கலந்து கட்டி அது போய்க்கொண்டே இருக்கும். சினிமா இசையே உங்கள் இசை என்றால் உங்களுக்கு பிரதிநுத்துவமே இருக்காது.

எல்லாருமே அடிமுறை, சதிராட்டம், கூத்து ஆகியவற்றை பயின்று கோடிக்கணக்கான பேர் இவற்றை தினமும் பார்க்க வேண்டும் என நான் கோரவில்லை. ஆனால் இவற்றைத் தொடர்ந்து தம் அடையாளமாக தமிழ் சமூகம் முன்னெடுத்து பராமரித்து போற்ற வேண்டியது அவசியம் - அப்போதே தமிழருக்கு என ஒரு தனித்த நிரந்தர பண்பாட்டு அடையாளமும் ஓர்மையும் உருவாகும்.

தமிழ் தேசிய மரபு, திராவிட கழக இயக்க நடவடிக்கைகள் ஆகியவை இதற்கான ஒரு முயற்சியை மேற்கொண்டன என்பதை நாம் மறக்க முடியாது, ஆனால் அவற்றை தமிழர் சரியாக உள்வாங்கித் தொடரவில்லை. கம்பராமாயணத்தின் இடத்தில் திமுக சிலப்பதிகாரத்தைக் கொண்டு வந்தது ஒரு முக்கியமான, புத்திசாலித்தனமான நகர்வு. அண்ணாவின் பெரும் மேதைமை என இதைச் சொல்வேன். ஆனால் நாம் இன்று எந்த இடத்திற்கு வந்து சேர்ந்திருக்கிறோம்? நமது முதல்வர் கம்பராமாயணத்தை

எழுதியது சேக்கிழார் எனச் சொல்கிறார். இப்படியான ஒன்று கேரளாவில் நடக்குமா? நீங்கள் பிணறாயி விஜயனின் பேட்டியைப் பாருங்கள் - அவருக்கு நல்ல வாசிப்பும், கலாச்சார புரிதலும் உள்ளது. ஆனால் நமது முதல்வரால் கோர்வையாக ரெண்டு வாக்கியம் பேச முடியுமா? ஜெயலலிதா எப்படி இருந்தார்? எழுதி வைத்துப் படித்தார். அவருக்கு தமிழில் சரளமாக வாசிக்க, பேசத் தெரிந்திருந்ததா? இல்லை. ரஜினியால் ஒரு வாக்கியத்தை தமிழில் எழுத முடியுமா? முடியாது. மலையாளத்தில் வாசிக்கவோ எழுதவோ தெரியாத ஒருவர் கேரளாவில் சூப்பர் ஸ்டார் ஆக முடியுமா? முடியாது. எடப்பாடியை விடுங்கள், அவரது 'தெய்வமான' ஜெயலலிதாவுக்கும் கம்பராமாயணத்தை எழுதியது யாரெனத் தெரிந்திருக்காது. சிலப்பதிகாரம் என ஒன்றை கேள்விப்பட்டிருக்கவே மாட்டார். எம்.ஜி.ஆர்? அவர் பாரதிதாசனையாவது படித்திருப்பாரா? அவர் பள்ளிக்கு சென்று படித்திருக்கிறாரா? இல்லை. யோசித்துப் பாருங்கள் - கலைஞர் கேரளாவில் பிறந்திருந்தால் மலையாளிகள் அவரது புகழை இந்தியாவெங்கும் கொண்டு சென்றிருப்பார்கள்; அவரைப் போன்றதொரு பெரும் எழுத்தாள-பேச்சாள ஆளுமை அவர்களுடைய அரசியல் மரபிலேயே இல்லை என நினைக்கிறேன். ஆனால் நாம் என்ன செய்தோம் - எம்.ஜி.ஆரை ஜெயிக்க வைத்து கலைஞரை பின்னுக்குத் தள்ளினோம். ஒரு அடிப்படையான பண்பாட்டு, அரசியல் புரிதல் உள்ள சமூகம் எம்.ஜி.ஆரைப் போன்ற ஒரு தற்குறியை, மொழி, பண்பாட்டு ஓர்மை இல்லாத ஒருவரை தலைவராக ஏற்குமா? (இதில் அண்ணாவின் தவறும் உள்ளது, நான் மறுக்கவில்லை.) இன்றும் சமூகவலைதளங்களில் கலைஞரை இகழ்கிற பல தற்குறிகள் இருக்கிறார்கள். அவரது பண்பாட்டுப் பங்களிப்பை, அரசியல் அறிவை அறிந்தரவர்கள் அப்படிச் செய்ய மாட்டார்கள். இப்படித்தான் தமிழ் தேசிய அரசியலின் முகத்தையும் நாம் தொலைத்தோம். (அதன் பிறகு வாக்குச்சிதறல் அரசியலுக்காக தமிழ் தேசியத்தை ஜெயலலிதா திரும்பக் கொண்டு வந்தது வேறு கதை.)

அடுத்து மதத்துக்கு வருகிறேன்:

தமிழருக்கு என ஒரு தனி மதம் இருந்திருக்கிறது - அது சைவமோ, வைணவமோ அல்ல; அவை வடக்கேயிருந்து வந்தவை. நம்மை

அடிமைப்படுத்தி, சனாதனவாதத்தை நடைமுறைப்படுத்தியவை. இந்த மண் சார்ந்து தனித்துவமாக மலர்ந்த பௌத்தமே நமது மதம். அதை பூர்வ பைத்தம் என அயோத்திதாசர் சொல்லுகிறார்- சடங்குகள், மண்சார்ந்த நம்பிக்கைகளால் தோன்றின தனித்துவமான பௌத்தம் அது. ஆனால் அதைக் குறித்த ஓர்மையாவது நமக்குண்டா? அந்த ஓர்மையின்மையினால் தான் இங்கு இன்று சாதியம் கொடிகட்டிப் பறக்கிறது. அந்த ஓர்மையிருந்திருந்தால் வைதீகம் போன்ற வடக்கத்திய, சனாதன மரபுகளைத் துரத்தி இருப்போம். அந்த ஓர்மையுடன் பெரியாயிரியமும் இணைந்திருந்தால் தமிழகம் முழுமையான ஒரு முற்போக்கு மாநிலமாக மலர்ந்திருக்கும். அந்த ஓர்மை இல்லாததாலே "அண்ணா ஒருவனே தேவன்" எனச் சொல்லும் நிலை, கோயில் கலாச்சாரம் திராவிட ஆட்சியிலும் தழைக்கும் நிலை ஏற்பட்டது.

தமிழர்களுக்கு எல்லாவித சிறப்புகளும் உண்டு, ஆனால் அவற்றை தக்க வைத்து மேலெடுப்பதற்கான பண்பாட்டு ஓர்மை மட்டும் இல்லை. 300-400 ஆண்டுகளாக நமது பண்பாட்டு ஓர்மை என்பது நடுவில கொஞ்சம் பக்கத்தைக் காணோம்" தான். அவ்வப்போது விழித்துக்கொண்டு "நாகராஜண்ணே, எப்படி இருக்கண்ணே, என்னண்னே துரும்பா எளைச்சிட்டே" என துள்ளியெழுந்து அணைத்துக் கொள்கிறோம். அதன் பிறகு மீண்டும் "என்னாச்சு?" தான்.

ஒரு சமூகம் எழுச்சிபெற, மேம்பட அரசியல், பண்பாடு, (அவைதீக) மதம் என மூன்று முகங்களுமே துலங்க வேண்டும். பண்பாட்டுப் பெருமை அல்ல ஓர்மையே முக்கியம் - அது பண்பாட்டை வளர்க்கும் நோக்கத்துக்காக அல்ல, அது ஒரு சமூகம் அறத்துடன், சமத்துவத்துடன், தெளிவுடன் வாழ அவசியம். யோசித்துப் பாருங்கள் - திராவிட இயக்கங்கள் வள்ளுவரை தமிழின் அரசியல் அடையாளமாக பெருமளவில் முன்னிறுத்தினர். ஒவ்வொரு பள்ளியிலும் திருக்குறளைகற்றுக்கொடுக்கிறோம், ஆனால் எப்படி? தப்பும் தவறுமாக. ஒரு பௌத்தப் பிரதியை வைணவப் பிரதியாக தலைகீழாக மாற்றி தப்பும் தவறுமாய் சொல்லித் தருகிறோம். இது ஒரு படத்தில் சேலைகட்டிய வடிவேலுவை கடத்தி வந்து முதலிரவு நடத்த முயல்வார்களே அப்படி ஆகி விட்டது.

கடந்த நூறாண்டுகளில் எவ்வளவு கோளாறான உரைகளை குறளுக்கு எழுதியிருக்கிறோம்? உ.தா., "செவிச்செல்வம்"

என வள்ளுவர் சொல்வதை கேள்வி அறிவு என வேறெந்த சமூகமாவது இவ்வளவு முட்டாள்தனமாக தன் குழந்தைகளுக்கு சொல்லித் தருமா? இப்படிச் சொல்லித் தருவதாலே தெரிதா சொல்லுகிற பேச்சுமொழியின் இருப்பையும் வள்ளுவத்தையும் நம்மால் தொடர்புபடுத்த முடியாமல் போகிறது. அதனால் தான் மூடநம்பிக்கைகளை, தீட்டை, தீண்டாமையை நம்மால் ஒழிக்க முடியாமல் போகிறது. அண்ணா துவங்கி நமது தலைவர்கள் வைணவத்தை, சைவத்தை துரத்தி அதன் இடத்தில் பௌத்தத்தை வைக்கும் முயற்சியை எடுத்திருந்தால் அவர்களது இயக்கம் காத்திரமான நீடித்த வெற்றியை பெற்றிருக்கும். ஒரு பக்கம் வள்ளுவரை வைணவராக்க அனுமதித்துக் கொண்டே அதே தோற்றத்தில் சடாமுடி துறவியாக அவரது சிலையை எழுப்பினால் என்ன பயன்? மாறாக, கடவுள் மறுப்புக்கு, சாதி மறுப்புக்கு பௌத்தத்தை விட சிறந்த கருவியை, குறளை விட பெரும் ஆயுதத்தை அவர்களால் கண்டெடுக்க முடியுமா? பக்கத்திலே அதை வைத்து விட்டு கண்ணிருந்தும் குருடராக இருந்து விட்டார்கள்.

இருந்தாலும், நமது பண்பாட்டுச் சிக்கலின் பொறுப்பை திராவிட இயக்கத்தினர் மீது நாம் சுமத்த மாட்டேன். ஏனென்றால் அவர்கள் வருவதற்கு சில நூற்றாண்டுகள் முன்பிருந்தே நாம் பண்பாட்டு வறுமையுடன், ஓர்மையின்மையுடன், "மூன்றாம் பிறை" ஸ்ரீதேவி போன்று இருந்து கொண்டிருக்கிறோம்.

நான் இந்த விரிவான வரலாற்றுப் பின்புலத்தில் இருந்து தான் தமிழரின் இலக்கிய நிராகரிப்பை, பண்பாட்டு ஓர்மையின்மையைப் பார்க்கிறேன். அந்த ஓர்மையின்மையே நம் மாநிலத்தில் சாதி, தீண்டாமை, ஏற்றத்தாழ்வு, மூடநம்பிக்கை போன்ற பல தீமைகளை காரணமாக இருந்திருக்கிறது என்கிறேன். அதாவது பண்பாட்டு ஓர்மையென்பது வெறுமனே இலக்கியமோ, இசையோ அல்ல. அது வெறும் அலங்காரம் அல்ல, நீங்கள் எதுவாக இருக்கிறீர்கள், எப்படி சிந்திக்கிறீர்கள், அபிரகாம் லிங்கனின் பெயரை அபிராமி என்றெல்லாம் உச்சரிக்கிறவருக்கு, இனவாத அரசியல் வரலாறு பற்றி, கறுப்பரினத்தின் துயரங்களைப் பற்றி ஒன்றுமே தெரியாதவருக்கு வாக்களிக்காமல் இருக்க உதவுகிற ஒன்று என்கிறேன்.

மற்றபடி, கேரளம் தமிழகத்தை விட மேலான மாநிலம் என்றோ, மலையாளிகள் அனைவரும் இலக்கிய வாசகர்கள் என்றோ நான்

கூறவில்லை. சன்னி லியோனைப் பார்க்க அங்கு மக்கள் திரண்ட செய்தி எனக்கு தெரியும். அங்கிருந்து தான் ஷக்கீலா வந்தார் எனத் தெரியும். விஜய்க்கு அங்குள்ள ரசிகர் படையைப் பற்றியும் தெரியும். ஆனால் அவர்களிடம் பண்பாட்டு ஓர்மை உள்ளதாலே சன்னி லியோனை மகாநடிகை என்று கூறவோ, நடிகர்களை முதல்வராக்கவோ மாட்டார்கள் என்கிறேன். அவர்களிடம் அந்த தெளிவு உள்ளதாலே யாரை எங்கு வைக்க வேண்டும் எனத் தெரிகிறது என்கிறேன். அங்கே செல்லூர் ராஜா மாதிரியான ஒருவர் அமைச்சராகி தெர்மோகோலை மிதக்க விட்டு காமெடி பண்ண முடியுமா? உங்கள் வீட்டில் ஒன்றாம் வகுப்பு படிக்கும் குழந்தையிருந்தால் அக்குழந்தையுடன் எடப்பாடியாரை ஒரு பொது அறிவுப் போட்டியில் கலந்து கொள்ளச் சொல்வோம். நான் நிச்சயமாகச் சொல்கிறேன் - அவர் தோற்று விடுவார். ஒன்றாம் வகுப்புக் குழந்தையுடன் தோற்றுப் போகிறவரையா முதல்வராக வைத்து வணங்குகிறோம்? எடப்பாடியார் என்றில்லை அவரது கணிசமான அமைச்சர்களின் நிலையும் இதுதான். இதை எண்ணி நாமெல்லாம் தூக்கில் தொங்காமல் எப்படி சுரணையில்லாமல் கெத்தாக சுற்றி வந்து கொண்டிருக்கிறோம் சொல்லுங்கள். *GobackModi* என ட்வீட் போட்டு மோடியை எதிர்ப்பதிலெல்லாம் என்ன அர்த்தம் உள்ளது? மோடி என்பவர் நல்ல பேச்சாளுமை கொண்ட மற்றொரு எடப்பாடி. அவ்வளவுதான். உத்தரபிரதேச மக்களுக்கு கல்வியறிவோ, பண்பாட்டு ஓர்மையோ இல்லாமல் ராமரை வழிபட்டு, கோயில் கட்டி, தொடர்ந்து ஏற்றத்தாழ்வுகளில் அல்லல்பட்டு அதன் நீட்சியாக வட இந்தியா முழுக்கப் பரவிய மதவாத அரசியலின் விளைவாகவே அடிப்படையான கல்வியறிவில்லாத ஒருவரை பிரதமராக கொண்டு வந்தார்கள். நாம் எடப்பாடியாருக்கு வாக்களித்து அவரை இந்த இடத்தில் வைத்திருக்கிறோம். நமக்கும் அவர்களுக்கும் சிறிய வித்தியாசம் தான்.

நான் திரும்பத் திரும்ப சொல்லுவது பண்பாட்டுப் பெருமை, ஓர்மை, நுண்ணுணர்வு ஆகியனவே அறம், அரசியல், சமூக மேம்பாடு, சமத்துவம், வளர்ச்சி ஆகியவற்றை தீர்மானிக்கிறது என்பது. இலக்கியவாதியை மதிப்பது என்பது இந்த சங்கதிகளின் ஒரு நீட்சி மட்டுமே. சாரு சொல்வதைப் போல நாம் உயர்பண்பாட்டை மதிக்காத மொண்ணையான சமூகமாக இருப்பதானது அதன்

ஆழத்தில் நாம் பல சமூகத்தீமைகளில் முழ்கின ஒரு சமூகமாகவும் இருப்பதுமே. முட்டாள்கள் மட்டுமே இலக்கியத்தை வெறும் இலக்கியமாக, பண்பாட்டை வெறும் பண்பாடாகப் பார்ப்பார்கள். சாரு சொல்வதற்கு இவ்வளவு விரிவான ஒரு வரலாற்றுப் பின்புலம், சிக்கல் உள்ளது. (அதற்காக சாருவின் கருத்துக்களை எல்லாம் நான் அப்படியே ஏற்றுக்கொள்கிறேன் என்று பொருளில்லை.)

சாதி மற்றும் அவைதீகத்தைப் பொறுத்து கேரளம் நம்மைக் கண்டு கற்றுக் கொள்ள நிறைய உள்ளது. ஆனால் அதை விட அதிகமாய் பண்பாட்டு ஓர்மையைப் பொறுத்து நாம் அவர்களிடம் இருந்து கற்றுக்கொள்ள உள்ளது.

வெகுஜன இலக்கியம் ஏன் காலமானது?

பாலகுமாரன் குறித்த என் கட்டுரைக்கு முகநூலில் வந்த எதிர்வினைகளில் ஒன்றில் இந்த கேள்வி எழுந்தது. ஏன் வெகுஜன இலக்கியம் தன் மணிமகுடத்தை துறந்தது? ஏன் பாலகுமாரன், ராஜேஷ்குமார், சிவசங்கரி, பட்டுக்கோட்டை பிரபாகர்களின் பொற்காலம் முடிவுக்கு வந்தது? முத்தையா வெள்ளையன் என்பவர் இக்கேள்வியை எழுப்பி இருந்தார். இதை ஒட்டின விவாதம் சுவாரஸ்யமானது என்பதால் இங்கு பகிர்கிறேன்.

வணக்கம் அபிலாஷ்,
ஒரு சின்ன கருத்து பரிமாற்றம்: அன்றைக்கு இருந்த வணிக பத்திரிகைகள் இன்றும் சில இருக்கின்றன. அவை புஷ்பாதங்கதுரை, பட்டுக்கோட்டை பிரபாகர், சுஜாதா, அனுராதா ரமணன், சிவசங்கரி, இந்துமதி இவர்கள் வரிசையில் பாலகுமாரனை சேர்த்தார்கள். சிறுபத்திரிகையிலிருந்து வெகுஜன பத்திரிகையில் வெற்றிகரமாக வலம் வந்தார் பாலகுமாரன். இது பாலகுமாரனுக்கு அடுத்து வந்த தலைமுறையினருக்கு ஏன் வாய்க்கவில்லை என்பது ஆய்வுக்குரிய விஷயம்.

இதில் பிரபஞ்சன், எஸ்.ரா, ஜெயமோகனும் அடக்கம். இதில் விதிவிலக்கு ஜெயகாந்தனும் தனுஷ்கோடி ராமசுவாமியும்.

மேலும் காதலும் வாழ்கையும் மாறிவிட்டது. ஊருக்கு ஒரு அக்கா எப்படியாவது காதல் ஜோடிகளை சேர்த்து வைப்பார். இன்று அந்த அக்காக்களை காணோம். காதல் தோல்வியால் தாடி வளர்த்து அவரும் கஷ்டப்பட்டு ஊரையும் குடும்பத்தையும் கஷ்டபடுத்தும் அண்ணன்களை இன்று காணவில்லை. வணிகம் உலகமய வாழ்கையை எப்படி புரிந்து கொள்வது என்பதில் எழுத்தாளர்கள் காணமல் போயினர். இந்த கருத்து சரியாக இருக்கலாம். தப்பாகவும் இருக்கலாம்.

நன்றி,
முத்தையா வெள்ளையன்
வணக்கம் முத்தையா வெள்ளையன்,

வெகுஜன இலக்கியம் காணாமல் போனதற்கு ஒரு நல்ல காரணத்தை ஜெ.மோ தன் ''நவீன தமிழிலக்கிய அறிமுகம்'' நூலில் சொல்லி இருப்பார். அது கேபிள் டிவியும் சீரியல்களும். வெகுஜன நாவல்கள், பாக்கெட் நாவல்கள், தொடர்கதைகள் ஒரே பொழுதுபொக்கு சாதனமாய் ஒரு காலத்தில் இருந்தன. தொண்ணூறுகளில் கேபிள் டிவி படையெடுத்ததும் டிவி தொடர்கள், சினிமா, பாடல் ஒளிபரப்புகள் இந்த பொழுதுபோக்குப் பொறுப்பை எடுத்துக் கொண்டன. தொடர்கதை எழுத்தாளர்கள் சினிமாவுக்கும் டிவி தொடர்களுக்கும் எழுதச் சென்றனர். இது ஜெ.மோவின் தரப்பின் சுருக்கம்.

ஆனால் வெகுஜன இலக்கியத்தின் வீழ்ச்சிக்கு இது மட்டுமே காரணமா எனத் தெரியவில்லை. நம்மை விட அதிகமாக நகரமயமாக்கலும் நவீனமும் கொண்ட மேற்கில் இன்னும் வெகுஜன எழுத்து தழைக்கிறதே! எனக்கு வேறொரு காரணம் தோன்றுகிறது.

வாசிப்பின் மீது ஈர்ப்பு கொண்ட, மதிப்பு கொண்ட சமூகம் அல்ல தமிழ் சமூகம். கேரளாவுடன் ஒப்பிட்டாலே இதை நன்கு உணரலாம். நான் இங்கு ஆங்கில வகுப்பில் வைக்கம் பஷீரைக் குறிப்பிட்டால் மலையாளி மாணவர்கள் பரிச்சயமாய் தலையசைக்கிறார்கள். அவர்களுக்கு பஷீர் பற்றி சொல்ல சில வார்த்தைகள் இருக்கின்றன. பஷீரின் ஒரு கதையையாவது படித்திருக்கிறார்கள். ஆனால் புதுமைப்பித்தனைக் குறிப்பிட்டால் ஒரு தமிழ் மாணவர் கூட படித்திருப்பதில்லை. இது கூட பரவாயில்லை. நான் சென்னையில் குருநானக் கல்லூரியில் பாடம் நடத்திய போது இது நடந்தது: ஒரு வகுப்பில் ''தந்தைப் பெரியாரைத் தெரியுமா?'' எனக் கேட்டேன். ஒரு மாணவனுக்குக் கூட பெரியாரைத் தெரியவில்லை.

தமிழகம் இன்னும் நீண்ட தூரம் பயணிக்க வேண்டி உள்ளது.

வெகுஜன இலக்கியவாதிகள் ஆண்டு வந்தது குண்டூசி நுனி இடத்தைத் தான். அதையே அவர்கள் இழந்தார்கள்.

இன்னொரு விசயம: நீங்கள் குறிப்பிட்டுள்ளது போல ஜெமோ, எஸ். ரா போன்றோர் வெகுஜன இலக்கியம் பக்கம் நகர விரும்பியதாக தெரியவில்லை. அவர்கள் ஓரளவு பெரும் வாசக தரப்புக்காக தம்மை

இன்னும் லகுவாக்கி இருக்கலாம். அவ்வளவே! மற்றபடி வெகுஜன பரபரப்பு நாவல்கள் எழுத அவர்கள் முயலவில்லை. அவர்கள் முகநூல் போன்ற மக்கள் தொடர்பு சாத்தியங்களில் இருந்து கூட விலகியே இருக்கிறார்கள். முகநூலில் இருந்து உருவாகி வந்த சில இடைநிலை எழுத்தாளர்களே இன்று பாலகுமாரன், சிவசங்கரியின் இடத்தை எடுத்துக் கொள்கிறார்கள். ஜெ.மோ, எஸ்.ரா போன்றோர் ரெண்டாயிரத்துக்குப் பின் பிரசுர சாத்தியங்கள் வலுவான நிலையில் அதிக வாசகர்களைப் பெற்றனர். இடைநிலை நூல்களில் இருந்து தீவிர இலக்கியம் நோக்கி நகர்ந்தவர்கள் இவர்கள். இவர்கள் பொழுதுபோக்குக்காக ஜெ.மோ, எஸ்.ராவை நாடி வரவில்லை. இதை அவர்கள் அறிவார்கள்.

ஆனால் சற்று எளிதான மொழியில் தீவிர சமாச்சாரங்களை இந்த வாசகர்கள் நாடுகிறார்கள். ஆக கடந்த பத்தாண்டுகளில் நமது தீவிர இலக்கிய எழுத்தும் சற்றே லகுவாக படிக்க எளிதாக வாசகனிடம் நேரில் பேசும் பாணியில் மாறி உள்ளது. ஜெ.மோவின் ''அறம்'', எஸ்.ராவின் ''எனதருமை டால்ஸ்டாய்'', ''கதாவிலாசம்'' போன்ற நூல்களை உதாரணம் காட்டலாம்.

நன்றி,
ஆர். அபிலாஷ்

தத்துவ வாசிப்பு

தத்துவ வாசிப்பை எங்கிருந்து எப்படி ஆரம்பிப்பது?

என்னவென்று தெரியவில்லை; இரண்டு பேர் ஒரே சமயம் இன்பாக்ஸில் என்னிடம் இமானுவல் காண்டை வாசிப்பதைப் பற்றிக் கேட்கிறார்கள். ஒரு பக்கம் ஆச்சரியம், மறுபக்கம் மகிழ்ச்சி. முகநூல் வந்த பிறகு தான் மேற்கத்திய தத்துவம் படிக்க விரும்புகிற சிலரையாவது தமிழில் சந்திக்கிறேன். ஹபீப் ஹாதி எனும் ஒரு நண்பர் இமானுவல் காண்ட்

குறித்து தமிழில் ஏதாவது புத்தகம் வந்துள்ளதா எனக் கேட்டார். எனக்குத் தெரியவில்லை.

அடுத்து ஒரு நண்பர், ராஜ் லஷ்மணன், இப்படிக் கேட்டிருக்கிறார்:

"Sir, I don't have any introduction to philosophy other than knowing a brief version of some philosophers mill, Locke, kant. Where should I start my philosophical reading, would it be good if I start with kant. Thanks in advance sir."

என் பதில் இது:

1) தத்துவம் வாசிப்பதற்கும், இலக்கியம் வாசிப்பதற்கும் முறைமைகள் ஒன்றே - ஒன்று வரலாற்று ரீதியாக ஒழுங்குவரிசையில் படிக்கலாம். மேற்கத்திய தத்துவம் என்றால் சாக்ரடீஸில் இருந்து துவங்கலாம். மூலநூல் வாசிப்பே சிறந்தது, ஏனென்றால் அறிமுக நூல்கள் படித்தால் அவை தரும் கண்ணோட்டத்தின் வழியே ஒரு தத்துவத்தை தொகுக்கத் தோன்றும். இருந்தாலும் ஒரு ஆறுதலுக்காக, தன்னம்பிக்கையை பெறுவதற்காக *Very Short Introduction* போன்ற தொடர்களில் இருந்து ஒன்றை எடுத்து படிக்கலாம். ஆனால் மூலநூலைப் படிக்கும் போது பெரும்பாலும் இந்த மிகச்சுருக்க அறிமுகங்கள் சொல்வது தவறு எனத் தோன்றும். இதைத் தவிர்க்க முடியாது.

2) வரலாற்று ரீதியாக என்றேனே அதற்கென தத்துவ வரலாறு நூல்கள் பல உள்ளன. ஜாலியான வாசிப்புக்கு வில் டியூரெண்டை சொல்லலாம். சுருக்கமான, தர்க்க ரீதியான அறிமுகத்துக்கு பெர்ண்ட்னெண்ட் ரஸலின் தத்துவ வரலாற்றை பரிந்துரைக்கலாம். என் இளமையில் நான் ரஸலை கிட்டத்தட்ட வழிபட்டே வந்தேன். அவர் காட்டும் கெத்து, போகிற போக்கில் சிலரை புறமொதிக்கி செல்வது, ஸ்டைலான மொழி, ரத்தினச் சுருக்கமாகப் பேசுவது என்னைக் கவர்ந்தன. ஆனால் ரஸலின் எழுத்தில் உள்ள குறைகள் பின்பே எனக்கு விளங்கியது. ரஸல் ஒரு பொருண்மைவாதி. அவரது கண்ணோட்டத்துக்கு ஒத்து வராத தத்துவ அறிஞர்களை நமது பேஸ்புக் மேதாவிகள் செய்வதைப் போல முத்திரை குத்தி கழித்துக் கட்டி விடுவார். நீட்சேயின் பக்தர்கள் அவர் தனது History of Western Philosophyயில் நீட்சேய்க்கு வழங்கி உள்ள அறிமுகத்தைப் படித்தால் ரத்த வாந்தி எடுப்பார்கள். அல்லது பக்கத்தில் வருகிற யாரையாவது நாலு சாத்து சாத்துவார்கள். அந்தளவுக்கு ரஸலின் கருத்துக்கள் பித்துக்குளித்தனமாக இருக்கும். அதனால் ரஸல் எனும் பிள்ளையாரை முச்சந்தியில் போட்டு உடைத்து விட்டேன். அவரை நான் அதிகமும் பரிந்துரைப்பதில்லை.

3) சரி எந்த வரிசையில் படிப்பது? எப்படியும் படிக்கலாம். சாக்ரடீஸ், பிளேட்டோ, அரிஸ்டாட்டில் என எடுத்துக் மொண்டாலே அணுகுமுறை, கண்டுபிடிப்புகள், தர்க்கத்தை பயன்படுத்தும் விதத்தில் அவ்வளவு வித்தியாசங்கள். அவர்களுக்கு இடையில் ஒரு தொடர்ச்சியை கண்டுபிடித்து ஒரு வரலாற்றை கற்பனை செய்யலாம். எனக்கு இந்த வகை வாசிப்பில் உடன்பாடில்லை. பௌத்தத்துக்கும் அத்வைதத்துகுமான, நாகார்ஜுனருக்கும் தெரிதாவுக்குமான ஒற்றுமைகளைத் தேடுவதைப் போன்ற வியர்த்தமான செயல் இது. ஆகையால் வரிசையாகப் படித்தாலும் ஒவ்வொரு அறிஞரையும் தனித்துவமாக கண்டு படித்தாலே ஆழமாய் போக முடியும் என்பதே என் நம்பிக்கை.

4) மூலநூலைப் படித்தால் புரியுமா?

அது உங்கள் முதிர்ச்சியைப் பொறுத்தது. அதாவது பயிற்சி அல்ல, முதிர்ச்சி. நான் ஏற்கனவே சொன்னதைப் போல அரிஸ்டாட்டிலை நன்கு வாசித்துப் பயின்றால் அதை வைத்து சாக்ரடீஸையோ ஹைடெக்கரையோ புரிந்து கொள்ள முடியாது.

ஆனால் வாழ்க்கையைக் குறித்து ஆழமாய் அந்த நூல்களைக் கொண்டு வாசிக்கத் தெரிய வேண்டும். தொடர்ந்து தீவிரமாக தத்துவத்தை பரிசீலிக்கும் மனம் அமைப்பு வேண்டும். நான் பதின் வயதில் இருந்தே தத்துவத்தில் கால்களை அளைந்து வருகிறேன் என்றாலும் எனக்கு அந்த முதிர்ச்சி வர இருபது ஆண்டுகளுக்கு மேல் தேவைப்பட்டன. ஆனால் என்னுடைய மாணவனான ஆயுஷுக்கு அது 20 வயதிலேயே அமைந்து விட்டது. அவன் என்னுடன் இணைந்து ஹைடெக்கர் குறித்து ஒரு முக்கியமான நூலை எழுதினான். இப்போது நாங்கள் நாகார்ஜுனரைப் பற்றி ஒரு நூலை எழுதி வருகிறோம். அவன் வயதில் எனக்கு அந்த முதிர்ச்சி சத்தியமாக இல்லை. நான் அப்போது கிரிக்கெட் பார்த்துக் கொண்டும், பெண்களைப் பற்றி கவலைப்படும் கொண்டும், அவ்வப்போது இலக்கிய கிரீடத்தை கற்பனையில் சூடிப் பார்த்துக் கொண்டும் இருந்தேன்.

நான் சாக்ரடீஸை என் இளமையில் படித்த போது அவரது வாதத்திறன் என்னைக் கவர்ந்தது, இரு பத்தாண்டுகளுக்க்குப் பிறகு படித்த போது அவர் ஒரு சூன்யவாதி, பின்நவீன விளையாட்டுக்காரர்களுக்கி இணையானவர் எனத் தோன்றியது. ஆனால் இப்போது வாசிக்கையிலோ சாக்ரடீஸ் (அவரை ஊதுகுழலாக பயன்படுத்தி தன் கருத்தைக் கூறும் பிளேட்டோவும்) ஏமாற்றமளிக்கிறார்கள்: அவர்சிலவிசயங்களைகட்டுடைத்துவிட்டு நான் நம்பும் கருத்துக்களை சாமர்த்தியமாக சாராம்சப்படுத்துகிறார், அவற்றை போதுவான தீவிர விசாரணைக்கு உட்படுத்துவதில்லை, ஆகையால் அவரது கருத்துமுதல்வாத தத்துவம் ஆழமானது அல்ல எனத் தோன்றுகிறது. இந்த இடத்தை நான் வந்தடைந்தற்கு பிரதான காரணம் நாகார்ஜுனரை தொடர்ந்து வாசித்ததே. நீட்சேயை அப்போது படித்த போது அந்த கவித்துவத்தில் சொக்கிப் போனேன். ஆனால் தொடர்ந்து வாசிக்க வாசிக்கவே அவரது சொற்களுக்குப் பின்னுள்ள அரசியல் விளங்கியது, அவர் விளக்குகிற இருப்பு மீது வெளிச்சம் விழுந்தது. ஹைடெக்கரை வாசித்த பின் இன்னும் ஆழமாக நீட்சேயின் கருத்துக்கள் புரிந்தன. ஆனால் நாகார்ஜுனரின் பின்னணியில் இருந்து கூற இந்த இரு தத்துவ மேதைகளின் போதாமைகளும் விளங்குகின்றன.

ஆகையால், வயதுக்கும் தத்துவ வாசிப்புக்கும், உங்கள் முதிர்ச்சிக்கும் சம்மந்தமில்ல. தகவல் அறிவு, பகுத்தறிவு

போன்றவையும் தத்துவத்துக்கு உதவாது. நீங்கள் தானாய் கனிய வேண்டும். அதுவரை சும்மா வாசித்துக் காத்திருங்கள்.

5) அடுத்து, எல்லா தத்துவங்களையும் ஒரே தட்டில் வைத்து படிக்காதீர்கள். உங்கள் மன அமைப்புக்கு ஏற்ற, தேடலுக்கு விடை தருகிற சிலர் இருப்பார்கள். உங்கள் மனம் அவர்களை நோக்கி அதிகமாய் ஈர்க்கப்படும். அவர்களையும் அவர்களைப் போன்றோரையும் அதிகமாய்ப் படியுங்கள். அங்கிருந்து உங்களை ஈர்க்கிற, உங்களுக்கு முக்கியமான தத்துவப்பள்ளியை அடையாளம் காணுங்கள். உ.தா., நான் ஆரம்பத்தில் அத்வைதத்தை படிக்க முயன்றேன். ஆனால் பௌத்தம் - சூனியவாதம் - படிக்கும் போது கிடைக்கும் உற்சாகம், மகிழ்ச்சி, அறிவுக்கிளர்ச்சி எனக்கு அத்வைதம் பற்றி வாசிக்கும் போது இல்லை. ஏனென்றால் நான் இயல்பில் ஒரு மறுப்புவாதி. ஒன்றை கட்டி எழுப்புவதை விட உடைத்து எறிவதில் களிப்பு அடைகிறவன். எனக்கு ஏற்றவர் நாகார்ஜுனரே. நான் அவரை தெரிதா, டெலூஸ் போன்றோர் வழி எதேச்சையாய் கண்டடைந்தேன். ஆனால் நீங்கள் அம்பேத்கர் வழி பௌத்தத்துக்குள் வந்தால் அது வேறொன்றாக இருக்கும். அதே போல கடந்த பத்தாண்டில் நான் அதிகமும் விரும்பி வாசித்தது ஜெர்மானிய தத்துவவாதிகளையே என அண்மையில் சட்டெனத் தோன்றியது. அப்படி அமைந்து விட்டது. உங்களுக்கு இதைப் போல கீழைத்தேய தத்துவங்கள், பிரஞ்சு தத்துவம், அல்லது ஆங்கிலேய தத்துவ மரபுடனோ ஒரு தொப்புள் கொடி உறவிருக்கலாம்.

அடுத்து, உங்கள் பாதை பொருண்மைவாதம், பொருள்முதல்வாதம் என்றால் மெய்யியல், இருத்தலியம் அதன் அசலான அமைவில் உங்களுக்கானது அல்ல. உலகமும், அதன் இருப்பும் சாரமானது என உங்கள் அனுபவங்கள் கற்றுத் தந்தால் பின்நவீன காலத்து தத்துவமோ, நாகார்ஜுனரின் சூன்யவாத பௌத்தமோ உங்களுக்கு ஏற்றது அல்ல. நீங்கள் தட்டுத்தடுமாறி வைதீகத்தின் வாசல் கதவை நள்ளிரவில் போய் தட்டுவீர்கள்.

அதாவது தத்துவ வாசிப்பை அகம்-புறம் என ஒரு வசதிக்காக பிரிப்பார்கள். இதில் நீங்கள் ஒன்றை இதயபூர்வமாக தேர்ந்து கொள்ள வேண்டும். அடுத்து அகமும் புறமும் ஒன்றே எனும் மூன்றாவது தரப்புக்கு வந்து சேரலாம். அல்லது இரண்டாவதுடனே நின்று கொள்ளலாம். உங்கள் வாழ்க்கைப் பார்வையில் இருந்து தத்துவத்தை பிரித்து பார்க்கலாகாது. இது முக்கியம்.

அடுத்தது, மதத்தையும் தத்துவத்தையும் குழப்பிக் கொள்ளக் கூடாது. சில அருமையான தத்துவ வாசிப்பாளர்கள் மதத்தின் சகதிக்குள் மாட்டிக் கொள்வதைக் கண்டு வருந்தி இருக்கிறேன். கத்தோலிக்க நம்பிக்கைகளுக்கு இணங்காத தத்துவங்களைப் படிக்க மறுக்கும் தத்துவ அறிஞர்களைக் கண்டிருக்கிறேன். அதே போலத் தான் வைதீகமும். கோவை ஞானி ஒரு பயிற்சி பெற்ற தத்துவ வாசிப்பாளர் அல்ல என்றாலும், அவர் தன் வாழ்நாள் முழுக்க கடவுள் என்கிற ஒரு சாரத்தை விட்டு வெளியேற முடியாமல் திணறியதை, அதற்குள் மார்க்ஸியத்தை, தமிழ் தேசியத்தை, இலக்கியத்தை பொருத்த முயன்று ஆயுளை வீணடித்ததைப் பற்றி முன்பு எழுதியிருந்தேன். ஒரு சிந்தனையாளன் இப்படி மரபின் காவலனாக இருக்கக் கூடாது. அவன் கட்டுத்தளைகளை அறுத்தெறியும் தேடல் கொண்டிருக்க வேண்டும். நிரூபித்தல்களை மறுப்பதே தத்துவத்தின் நோக்கம் என்பதை அவன் புரிந்து கொள்ள வேண்டும். அதாவது தத்துவத்துக்குள் நமது அறிவின் பாரத்தை, மதத்தின், சாதியின் அரசியலை கொண்டு வரக் கூடாது.

இறுதியாக, தனியாக வாசிக்காதீர்கள். முடிந்த அளவுக்கு கூட்டாக வாசியுங்கள். அப்போது தத்துவம் எளிதாகும். தத்துவம் என்பது நாவல் அல்ல. அதை விவாதித்து விளங்கும் விதமே உருவாக்கி இருக்கிறார்கள். பண்டைய காலத்தில் மடங்களில் அப்படித்தான் சதா வாதிட்டு மோதி தத்துவம் கற்றார்கள். இன்றும் திபெத்திய பௌத்த மரபில் இப்போக்கு உள்ளது. ஆகையால் உங்களுக்காக *reading buddy*ஐ, வாசிப்புத் துணைவனைக் கண்டுபிடியுங்கள். பரஸ்பரம் கேள்விகளைக் கேட்டு விவாதித்து, உங்களுக்குள் கண்டுபிடிப்புகளை நிகழ்த்தியபடி, படியுங்கள்.

வாழ்த்துக்கள்!

உளவியல் வாசிப்பு

உளவியல் நூல்களை எங்கிருந்து எப்படி வாசிப்பது?

Hi அண்ணா

தத்துவ வாசிப்பு பற்றிய உங்கள் கட்டுரையை வாசித்தேன், ஒரு நல்ல அறிமுகம் கிடைத்தது.

மனோதத்துவம் பற்றியும் ஒரு அறிமுகம் வழங்க முடியுமா?

நன்றி.

- Sivarakesh Jayachandran

அன்புள்ள சிவராகேஷ்

என்னுடைய உளவியல் வாசிப்பு எல்லை குறுகியது. ஒரு கட்டத்திற்குப் பிறகு உளவியலில் ஆர்வம் இழந்து விட்டேன். அதன் பிறகு தத்துவ நோக்கிலேயே உளவியலைப் படித்தேன். உளவியலின் மிகையான பொருள்முதல்வாத அணுகுமுறை ஏமாற்றமளிக்கத் தொடங்கியது. அதுவும் மனிதனை ஒரு எந்திரம் போல நவீன உளவியலாளர்கள் நடத்துவது ஒருவித அநீதி என நினைக்கிறேன். ஆகையால் உளவியலில் நம்பிக்கை இழந்த ஒரு முன்னாள் ஆதரவாளனாகவே என் அனுபவத்தில், வாசிப்பில் இருந்து இதை சுருக்கமாக சொல்கிறேன்.

உளவியல் வாசிப்பை 1) மருத்துவ சிகிச்சை சார்ந்தது, 2) இலக்கிய சார்ந்தது, 3) தத்துவம், சமூகவியல் சார்ந்தது, 4) நரம்பியல் சார்ந்தது என நான்காக பிரிக்கலாம்.

1) மருத்துவ உளவியல் *(clinical pysychology)*

முதலாவது வகைமையில் தமிழில் ருத்ரன் மிகவும் ரசனையாக, எளிமையாக எழுதியிருக்கிறார். நான் பதினான்கு வயதில் அவரை வாசிக்கத் தொடங்கித் தான் உளவியலில் ஆர்வம் கொண்டேன்.

அவர் எடுத்துக் கொண்ட கேஸ்கள் பற்றின குறிப்புகள் இன்னும் நினைவில் உள்ளன. குறிப்பாக ஒரு மனச்சிதைவு *(schizophrenia)* ஏற்பட்டு சிகிச்சை பலனளிக்காமல் பல வருடங்கள் மனநல விடுதியில் கழித்த, பணக்கார குடும்பத்தை சேர்ந்த ஒரு இளம் பெண். அவரை சரி செய்யவே முடியாது எனும் நிலை. சில வருடங்களுக்குப் பிறகு ஒருநாள் ருத்ரன் ஒரு திருமண நிகழ்வுக்கு செல்லும் போது அப்பெண் அழகாக அலங்கரித்துக் கொண்டு கையில் விளக்குடன் விருந்தினர்களை வரவேற்றபடி நிற்கிறார். விசாரித்த போது அப்பெண்ணின் உறவினப் பெண்ணுக்குத் திருமணம் எனத் தெரியவருகிறது. அப்பெண்ணின் பெற்றோரிடம் பேசுகிறார். குணமாகாத நிலையில் அவரை மனநல விடுதியில் இருந்து அழைத்து வந்து விட்ட பின் ஒருநாள் திடீரென அவரது மனச்சிதைவு மறைந்து விட்டது. அதன் பிறகு பல வருடங்கள் அவர் முழுமையான நலத்துடன் இருக்கிறார் என்கிறார். இதைப் பற்றி சொல்லும் ருத்ரன் இது போன்ற புதிர்கள் உளவியலில் உண்டு, மனித மனத்தின் ஊடுபாதைகளை யாராலும் கணிக்க முடியாது, வரையறுக்க முடியாது என்கிறார். சிறுவயதில் உறவுகளை, சமூகத்தை, சின்னச்சின்ன வருத்தங்களை, அவநம்பிக்கைகள், தாழ்வுமனப்பான்மையை புரிந்து கொள்ள நான் அவரது எழுத்துக்களையே திரும்பத் திரும்ப படித்தேன். குறிப்பாக டெஸி டெரட்டா எனும் நீதிக்கவிதையை அவர் விளக்கி உள்ள ஒரு நூல். நான் அந்த காலத்தில் வாங்கின நூல்களில் இன்றும் தொலைக்காமல் வைத்திருப்பவை ருத்ரனின் நூல்களே.

இவரது நூல்களில் எனக்குப் பிடித்தமானவை:

"தேவைகள் ஆசைகள்" (என் பதின்வயதில் இதை ஒரு ஐம்பது தடவையாவது படித்திருப்பேன்.)
"உன்னை அறிந்தால்"
"மனநோய்கள் - சிகிச்சை முறைகள்"
"டெஸிடெரட்டா"

(2) இலக்கிய வாசிப்பாளர்களுக்கு மனத்தின் புதிர்கள் குறித்த நேரடியான தீர்வுகளை விட ஆழமான விசாரணைகளே முக்கியம். இவ்வகை உளவியலின் பிதாமகர் என அறியப்படும் சிக்மண்ட் பிராயிடைப் *(Sigmund Freud) [1856-1939]* பற்றி அநேகமாய் எல்லாரும் கேள்விப்பட்டிருப்பீர்கள். ஆஸ்திரியாக்காரர். அவர்

ஒரு தனித்துவமான சிந்தனையாளர். மனத்தின் சிக்கல்களை, நோய்மைகளை மொழியில் அடையாளம் கண்டு, ஒரு மனிதன் தன்னை சரியாக வெளிப்படுத்தக் கற்றுக் கொண்டால் அவனது சிக்கல்கள் சரியாகி விடும் என நம்பினார்.

பிராயிட் இலக்கிய விமர்சனத்திலும் கால் பதித்தார், அதன் பிறகு விமர்சனத்தில் உளவியல் ஒரு தவிர்க்க முடியாத அம்சமானது. பிராயிட் சர்ச்சைக்குரிய ஒரு சிந்தனையாளர் என்பதால் அவரை எல்லாரும் தெரிந்து வைத்திருக்கிறார்கள். ஒரு மனிதனின் நடத்தையை, மனப்போக்கை பற்றி யார் பேசினாலும் அங்கே பிராயிட் எட்டிப் பார்த்து விடுவார். அவரது உளப்பகுப்பாய்வு இவ்வளவு பிரபலமானதற்கு ஒரு காரணம் அவர் அளித்த சித்திரம் 1) நவீன எந்திரமய சூழலுக்குப் பொருத்தமாக இருந்தது என்பது - ஒரு பந்தை நீருக்குள் அழுத்தினால் அது வெளியே வரும் என நமக்குத் தெரியும். இயல்பியலில் ஒரு ஆற்றலுக்கு அழிவே இல்லை என்றார்கள். ஒரு எந்திரத்துக்குள் விசை எப்படி சென்று பல்வேறு விதங்களில் மாற்றமடைகிறது என நாம் பார்க்கிறோம். பிராயிட் இந்த விதமான ஒரு உவமையை மனத்திற்கும் அளித்தார். அங்கு நீங்கள் ஒரு உணர்ச்சியை ஊட்டினால் அது ஒன்று பத்தாகி பத்து நூறாக வளரும். எப்படி? அதன் மீது நாம் கண்காணிப்பு, அதனாலான கட்டுப்பாடு, சமூக விலக்க அச்சம், தடைகள் போன்ற விசயங்களை ஊட்டும் போது, திணிக்கும் போது அதற்கு விசை கிடைக்க அது ஆழ்மட்டத்துக்கு சென்று, நீரை அளையும் போது மீன் குஞ்சு கீழே போய் ஒளிவதைப் போல, மறையும், ஆனால் அது இயல்பியல் விதிப்படியே வேறு வடிவில், ஏற்கத்தக்க, ஏற்க முடியாத தோற்றங்களில், வெளியே வரும் என்றார். ரொம்ப அருவமான ஒரு அகச்செயல்பாட்டை அவர் இப்படி எளிமைப்படுத்தி புரிய வைத்தார். எல்லாரும் அருவருக்கத்தக்கது என ஒதுக்கிய பாலியலுக்கு அவர் முன்னுரிமை அளித்தார், மதம், கடவுள், தாய்மை, கலைச்செயல்பாடுகள் போன்ற புனிதங்களை உடைத்தார்.

ஆனால் பிராயிடுக்கு அறிவுத்துறைகளில் இருந்தே பலத்த எதிர்ப்பு வந்தது, அவர் மானுடச் செயல்பாடுகளை, மிகைப்படுத்துகிறார், கொச்சைபடுத்துகிறார் என. பெண்ணியவாதிகள் மற்றொரு பக்கம் அவரது “ஆண்-மைய” சிந்தனையை கண்டித்தனர். ஒழுக்கவாதிகள்

அவரை ஒருநாளும் ஏற்றுக்கொள்ளவில்லை - தாய்-மகன் உறவு பாலியல் ரீதியானது என்றால் யாருக்குத் தான் ஏற்க மனம் வரும். இப்படி சர்ச்சை, எதிர்ப்பு என துவங்கி அப்படியே முடிந்தது பிராயிடின் காலம்.

(3) ஆனால் பிராயிடை அவரது அடுத்த தலைமுறையினரால் சுலபத்தில் மறுக்க, மறக்க முடியவில்லை. பிராயிட் மானுட இருப்பை முழுக்க முழுக்க உடல் சார்ந்த சிக்கல்களுடன் முடிச்சுப் போட்டது நியாயமானதா? நமது பிரக்ஞையை வெறுமனே இச்சையினால் நடத்தப்படும் பௌதீக ஆற்றலாக அவர் பார்த்தது சரியானதா? ஆண்மை மட்டுமே சமூகத்தின் மையவிசையா? இதற்கு பதில் அளிப்பதற்கு ஒருவர் தோன்றினார்: ஷாக் லக்கான் (Jacques Lacan) [1901-1981]. பிரான்ஸில் தோன்றிய மகத்தான சிந்தனையாளர்களில் ஒருவர். லக்கானின் முக்கியமான பங்களிப்பு அவர் பிராயிடை தத்துவார்த்தமாக அணுக சொல்லித் தந்தார் என்பது. அவர் பிராயிடின் பல கருத்தாக்கங்கள் - பாலியல் ஆற்றல், தாய்மை, தந்தைமை, உபமனம் - ஆழ்மனம் - பிரக்ஞை மனம் - சமூக உறவு, ஈடிபல் காம்பிளக்ஸ் போன்றவற்றை நேரடியான பொருளில் பார்க்கக் கூடாது, அவை உருவகங்கள் என சொல்லித் தந்தார். உதாரணமாக அவர் மனம் என்பதை மொழி அமைப்பாகக் கண்டார். மனம் உடலுக்குள் இருக்கிறதல்லவா, லக்கான் இந்த உடலே ஒரு உருவகம் என்றார். அவர் உளவியலை உள ஆய்வில் இருந்து சுயம் கட்டமைக்கப்படுவது குறித்த ஆய்வாக மாற்றினார். சுயம் என்பது மொழிக்குள் பல்வேறு வகையான பிரதிபலிப்புகளால் தோன்றுவது. தான் யாராக இருக்கிறான் என ஒருவன் புரிந்து கொள்வதற்கு இச்சையே பிரதான தூண்டுதல், திசை காட்டும் கருவி என்றார். அதாவது இச்சையை பெண்ணைக் கூடுவதற்கான பௌதீக இச்சை என்றல்லாமல் அடைய முடியாத ஒன்றை அடையும் முனைப்பில் நம்மை ஈடுபடுத்தும் உணர்வு என விளக்கினார். இச்சையின் திருப்தி என்பது இச்சிக்கும் பொருளை அடைய முடியாத படி அது நம்மை விட்டு விலகி சென்று கொண்டே இருப்பது என்றார்.

சரி இதில் ஆண்-பெண் உறவு எங்கு வருகிறது?

ஆணை சமூகத்தின் சட்டதிட்டங்கள், அதிகார அமைப்புகள், பண்பாட்டு விழுமியங்கள், மதிப்பீடுகள் போன்றவற்றின்

உருவகமாக அவர் கண்டார். கூடுதலாக இந்த ஆணை அவர் தந்தை என பெரிய F உடன் Father என்றார். இந்த தந்தை என்பவரைக் கண்டு நாம் அஞ்சுகிறோம், அவரை முறியடித்து அவரிடத்தை அடைய ஏங்குகிறோம் என பிராயிட் சொன்னார். லக்கான் இதை அடுத்த கட்டத்துக்கு எடுத்து சென்று இந்த தந்தையை நாம் இச்சிக்கிறோம் என்றார். தாய்க்காக அல்ல, அதிகாரத்துக்காக. உ.தா., ஒரு போராட்டக் களத்தை எடுத்துக் கொள்ளுங்கள். அங்கு போராளிகளின் நோக்கம் போராட்டம் மூலம் நீதியை நிலை நாட்டுவது. லக்கானிய உளவியலில் நீதி இச்சிக்கப்படும் ஒரு பொருள். அது கற்பனையான ஒரு உருவம் - இதை லக்கான Imaginary என்றார். இந்த போராட்டம் என்பது அதிகாரத்துடனான ஒரு உறவாடமும் தானே. காவல்துறை, அரசியல் தலைமை, அதிகார அமைப்புகள் போன்றவற்றுடன் போராடி அதிகாரத்தைப் பகிர்ந்து கொள்வதற்கான உறவாடல் இது. இந்த அதிகார அமைப்புகள் நமக்கு நமது "தந்தையை" நினைவுபடுத்தும் உருவகங்கள். இந்த அமைப்புகளின் முறைமைகளை அவர் Symbolic என்றார். இந்த Symbolic வழியாக நாம் தந்தையை (Father) இச்சிப்பதாகவும் லக்கானிய உளவியலில் நாம் பகுப்பாய முடியும். அதாவது நாம் இங்கு உளவியலைப் பற்றி பேசுவதே Symbolicஇன், தந்தை உருவகத்துடன் உறவாடி நம்மை அந்த அதிகாரத்தின் மொழியில் கட்டமைக்கிற முயற்சியே.

இந்த சுயத்தைக் கட்டமைக்கிற சங்கதியை விளக்க லக்கான் ஒரு குழந்தை நிலைக்கண்ணாடியின் முன் நின்று தன்னையே பார்த்து "யார் இது?" என வியக்கிற காட்சியை உதாரணம் காட்டுகிறார். அது என் பிரதிபிம்பம் என்றல்லாமல் "அதுவே நான்" என அது நினைக்கிறது. ஆனால் ஒரு பிரச்சனை. கண்ணாடியை விட்டு விலகினால், அசைந்தால் அந்த "சுயமும்" அழிந்து விடுகிறது. நான் எங்கே என அது தேடினால் காணவில்லை. ஏன் அதன் உடல் அதன் சுயம் இல்லையா? இல்லை - 1) உடலை நம்மால் முழுசாகப் பார்க்க முடியாது, அதை பிரதிபலித்தே பார்க்க முடியும்; 2) உடல் மட்டுமே அல்ல அதனுடன் ஒரு பகுதியாக யோசிக்கிற, இச்சிக்கிற, புலன்களால் உணர்கிற ஒரு மனமும் இருக்கிறதல்லவா? அதை எப்படிப் பார்ப்பது? நமது இருப்பு என்பது உடலால் ஆனதா அல்லது மனத்தால் ஆனதா? இந்த கேள்விகளுக்கு விடை நம்மை இந்த உலகில் உள்ள பொருட்கள், அமைப்புகள், உயிர்கள், மனிதர்கள் மீது பிரதிபலித்து உணர்ந்து கொள்வது. ஆம், வளர

வளர குழந்தையால் வெறுமனே கண்ணாடியில் தன்னைப் பார்த்து திருப்தி அடைய முடியாது. ஏன்?

அந்த பிரதிபிம்பம் நிலையாக இல்லையே? எனில் சுயமும் நிலையற்றது எனும் நிச்சயமின்மை ஏற்படுகிறது. ஆகையால் தான், மனிதன் தன்னை முடிவற்று பிரதிபலித்து அந்த பிரதிபலிப்புகளுடன் சரசமாடியபடியே இருக்கிறான்.

இதில் "தாய்" (Mother) என்பவரை ஒரு கட்டற்ற இயற்கையின் இருப்பாக, காலமற்ற, இருமையற்ற ஒரு வெளியாக லக்கான் பார்க்கிறார். தாயிடம் திரும்புவது அனுபூதி போல, இறைவனிடம் திரும்புவதைப் போல.

லக்கான் இப்படி பிராயிட் மீது வைக்கப்பட்ட குற்றச்சாட்டுகளை தவிடு பொடியாக்கினார். தத்துவார்த்தமாக அவரை செதுக்கி நம் முன் வைத்தார். லக்கான் வழியாக படிக்கப்படும் பிராயிடே எனக்கு பிடித்தமானவர். காமம்-பால் ஒடுக்குமுறை-சமூக அச்சம் எனும் குறுகின கூண்டில் இருந்து பிராயிடை விடுவித்து அகன்ற வானில் பறக்க விட்டார் லக்கான்.

உங்களுக்கு லக்கான் பிடித்திருக்கிறது என்றால் அடுத்து டெலூஸ், ஸிஸெக் போன்ற உளவியலாளர்களைப் படிக்கலாம். டெலூஸ் நமது சுயம், அனுபவம் போன்றவை பின்நவீன காலத்தில் எப்படி வெளிப்படுகிறது என்பதை அறிவியல், உளவியல், ஜியாமெட்ரி, எந்திரவியல் என பல துறைகளில் இருந்து கருத்தாக்கங்களை எடுத்து விளக்கினார். ஒரு புத்தகத்தைப் படிக்கும் போது அப்புத்தகம் என்பது எழுதப்பட்டதா அல்லது எழுதப்படும் நிலையில் இருப்பதா? புத்தகம் என்றால் அட்டையிட்ட, குறிப்பிட்ட பக்க எண்ணிக்கை கொண்ட, அச்சிடப்பட்ட ஒரு பொருள். ஆனால் நாம் ஒரு புத்தகத்தை திறந்து புரட்டும் போதும், அதை படிக்க ஆரம்பிக்கும் போது அவை இருவேறு புத்தகங்களாக உள்ளன. முதல் நிலையில் அது வெறும் காகிதத் தொகுப்பு, அது என்னவென்றால் புத்தகம் என அடையாளப்படுத்தலாம். ஆனால் இரண்டாம் நிலையில் அதை வாசிக்கும் போது அதனுள் இருக்கும் குறிப்பான்களைக் (ஆப்பிள் என்றால் அதன் ஒலி அல்லது தோற்றம் ஒரு குறிப்பான், ஆப்பிள்தன்மை அதன் உள்ளீடு - ஒரு குறிப்பீடு) கொண்டு புரிந்து கொள்ள முயல்கிறோம். ஒரு காகம்

வருகிறது, பாட்டி வடை சுட்டுக் கொண்டிருக்கிறார் ... காகம் என்பது ஒரு குறிப்பான் தான். ஆனால் அதற்கு என சாரம் இல்லை. 'காகத்தன்மை' இல்லை. இருக்கிறது, ஆனால் அது என்னவென நமக்குத் தெரியாது. நாம் காகத்தைப் பார்க்கிறோம், அதைப் பற்றிப் படிக்கிறோம், ஆனால் அது காகம் என நாம் அறிவது அதைப் பற்றின பல மனப்பதிவுகளுடன் ஒப்பிட்டே. 'ஒரிஜினல் காகத்தை' யாருமே பார்த்ததில்லை. அப்படியே 'வடை சுடும் பாட்டியின்' ஒரிஜினலை நாம் பார்த்ததில்லை. ஒரு காகம் ஓராயிரம் காகங்களைப் பிறப்பிக்கிறது. இதை டெலூஸ் மீள் நிகழ்தல் (repetition) என்கிறார். இப்படி ஒன்று மீள மீள நிகழும் போது அது ஒன்று போல இருப்பதில்லை. இதை அவர் வேற்றுமை (difference) என்கிறார். ஒரு விசயம் திரும்பத் திரும்ப ஒன்று போல் அல்லாமல் செய்யப்படுவதே அதன் இருப்பு என்கிறார். அதனால் தான் ஒரு புத்தகத்தைப் படிக்கும் போது அது ஏற்படுத்தும் உணர்வலைகள், கிளர்த்தும் எண்ணங்கள் முன்னுக்குப்பின் முரணாக இருக்கின்றன. அவை புத்தகத்தை தொகுத்து ஒற்றை அடையாளமாக மாற்றத் தடையாக உள்ளன. விமர்சனம் எனும் பெயரில் நாம் அதன் வேறுபாடுகளை மறந்து, அந்த நூல் நிச்சயமற்று நிலையற்று மீள மீள நிகழ்வதை மறந்து, ஒற்றை அர்த்தம் ஒன்றை வடிக்கிறோம். உ.தா., ஹெரால்ட் புளூம் இப்படி மேற்கத்திய இலக்கியத்தில் உள்ள மகத்தான, ஈடு இணையற்ற படைப்புகளை cannon எனும் பெயரில் தொகுத்து எழுதியிருக்கிறார். இது உண்மையை ஒளித்து பொய்யை நிறுவும் ஒரு முயற்சி தான்.

அடுத்து ஸிஸெக் - இவர் லக்கான், மார்க்ஸியம், ஹெகல் என கலந்து கட்டி சமூக அரசியல் நிகழ்வுகளை விமர்சிப்பவர். சமகால உளவியல்-தத்துவ உலகில் ஒரு சூப்பர் ஸ்டார்.

இருத்தலியல் உளவியல் என ஒரு துறையும் உண்டு - இதில் வாழ்க்கை அர்த்தமற்றது, சாரமற்றது எனும் புள்ளியில் இருந்தே விவாதத்தை ஆரம்பிக்கிறார்கள். மனிதனின் துன்பங்களுக்கு, அவநம்பிக்கைகளுக்குக் காரணம் வாழ்க்கை அர்த்தமற்றது, அதனால் நிச்சயமற்றது, அதனாலே அவநம்பிக்கையை ஏற்படுத்துவது எனும் தொடர் விளைவுகளே. பௌத்தம் இந்த தொடர் சங்கிலியை உடைத்தால் மனிதன் விடுதலை அடைவான் எனும் போது, உளவியலில் இந்த சங்கிலிகளை ஓரிடத்தில்

நிலையாக அறைந்து வைக்க ஒரு ஆணி - ஒரு அர்த்தம் - அவசியம் எனப் பேசினார்கள். குறிப்பாக யூதர்களின் வதைமுகாம்களில் மக்கள் மரணம் கண்முன்னால் தோன்றும் போது எப்படி வாழ்க்கையில் நம்பிக்கை வைத்து முன்னகர்ந்தார்கள் எனும் கேள்வியை வைத்தே இது தோன்றியது. இந்த உளவியல் வகையை தோற்றுவித்தவர் பெயர் விக்டர் பிராங்கிள் *[Viktor Frankl] (1905-97).* இவர் வதைமுகாம் ஒன்றில் சிறைவைக்கப்பட்டு மீண்டு வந்தவர். உளவியலாளரான இவர் எப்படி அந்த வதைமுகாமினர் நம்பிக்கையுடன் வாழ்க்கையை தொடர்ந்தார்கள், ஏன் தற்கொலை செய்யவில்லை எனக் கேட்டார். இம்மக்கள் வாழ்க்கை குறித்த பல நம்பிக்கைகளை அன்றாடத்தில் கற்பனையாய் உருவாக்கி அவற்றை நம்பினார்கள் எனக் கண்டுப்பிடித்தார். நவீன காலத்தில் சமூகத்தில் இருந்து அந்நியப்பட்டு அவநம்பிக்கையால் மன அழுத்தத்துக்கு உள்ளாகும் நோயாளிகளுக்கு வாழ்க்கையில் ஒரு அர்த்தத்தை கண்டுபிடித்து அளித்தாலே சரியாகி விடும் எனக் கூறினார். இந்த முறைமையை *logotherapy* என்றார்கள். இவரது முக்கிய நூல் *Man's Search for Meaning.*

அடுத்து இதே உளவியலை இருத்தலிய, சமூகவியல், மார்க்ஸிய பொருளாதாரத்தின் பாதையில் வைத்து அலசியவர் எரிக் புரோம் *(Erich Fromm) [1990-80].* இவர் வரலாற்றின் போக்கை நிலப்பிரபுத்துவம், முதலீட்டியம் எனப் பிரிக்கிறார். நிலப்பிரபுத்துவ காலத்தில் மக்கள் அடிமைகளாய், அறியாமையில் இருந்தாலும் அவர்கள் தாம் யார் எனும் நிச்சயத்துடன் இருந்தார்கள் (அதாவது லோகோதெரப்பியில் வரும் இருத்தலின் அர்த்தம்). ஆனால் முதலீட்டிய சமூகத்திலோ சமூதாயங்கள் உடைந்து, கிராமத்தில் இருந்து மக்கள் நகரங்களுக்குப் புலம்பெயர்ந்து தனிமனிதர்கள் தோன்றுகிறார்கள். இந்த தனிமனிதர்கள் நிலையான ஒரு குறிப்பிட்ட ஊரை சேர்ந்தவன், சமுதாயத்தை சேர்ந்தவன், தொழில் அடையாளத்தைக் கொண்டவன் நான் என தம்மைக் குறிக்க முடியாது. அவர்கள் ஒரு எந்திரத்துடான தம் உறவால் மட்டுமே அடையாளப்படுத்தப்படுவார்கள், அவர்கள் பணத்தின் மதிப்பால் மதிப்பிடப்படுவார்கள். ஆனால் மார்க்ஸ் "மூலதனம்" நூலில் பணத்தின் மதிப்பு என்பது அரூபமாய் இருப்பதாலே அது ஏற்றத்தாழ்வுகளுக்கு, அநீதிக்கு வழிவகுப்பதாய் சொல்கிறார். அதே போல தொழிலில் இருந்து தொழிலாளி அந்நியப்படுவதைப்

பற்றியும் (உழைப்பின் மதிப்புக்கான நியாயமான பங்கு மறுக்கப்படுவதால்) அவர் பேசியிருக்கிறார். இது மனித மனத்தில் ஏற்படுத்தும் நிச்சயமின்மைகளை, அதனாலான அவநம்பிக்கையை, அழுத்தத்தை, நெருக்கடியைப் பற்றி விரிவாக அலசியவர் புரோம். ஆனால் மார்க்ஸில் இருந்து சற்று விலகி அவர் நிலப்பிரபுத்துவ அடிமை வாழ்வை ஒரு சுதந்திர வாழ்வாகக் கண்டார்; இங்குதான் இவரது உளவியல் இருத்தலியல் தத்துவத்தின் பாதையை எடுக்கிறது. இவரது ரொம்ப பிரசித்தமான நூல் Fear of Freedom (இது Escape of Freedom என்றும் அறியப்படுகிறது). இதன் தலைப்பே வித்தியாசமானது, இவரது கோட்பாட்டின் அடிப்படையைக் காட்டுவது. மனிதன் சுதந்திரத்தை விரும்பினாலும் அது அவனுக்கு ஊறானது, அவன் சுதந்திரத்தைக் கண்டு அஞ்சுகிறான், இந்த அச்சமே அவனை மனச்சிக்கல்களை நோக்கித் தள்ளுகிறது என்றார்.

கிறித்துவத்தில் உள்ள மன ஊக்கம் / மனத்திட்பம் (will) எனும் கருத்தாக்கத்தையே அவர் உளவியலில், இருத்தலியலில் வைத்து வித்தியாசமாக அர்த்தப்படுத்துகிறார். நான் எப்படி வாழ வேண்டும், என்ன தேர்வுகளை எடுக்க வேண்டும் எனும் கேள்விகள் கடும் பதற்றத்தை ஏற்படுத்துபவை. ஒரு எழுத்தாளனுக்கு தன் கதையின், நாவலின் ஒரு அத்தியாயத்தை எழுதும் முன் எப்படி எழுதப்போகிறோம் எனும் தேர்வு கடும் நெருக்கடியை அளிக்கும். நுகர்வோனாக நாம் அனுதினமும் நுட்பமாக ஒரு பதற்றத்தில் இருக்கிறோம். அந்த பதற்றத்தை பின்னர் ஒரு இன்பமாக மாற்றிக் கொள்கிறோம். திருமணம் என்பது பெண்கள் பலருக்கும் ஒரு நெருக்கடியான சந்தர்ப்பம். அதற்குப் பதிலாக யார் வசமாவது முடிவெடுக்கும் உரிமையை கொடுத்து விடலாம் என புரோம் சொல்வதில்லை; மாறாக 1) வாழ்க்கையில் ஒரு அர்த்தத்தை உண்டு பண்ணி அதன் முன் நம் தேர்வுகளை ரத்து பண்ணிடலாம் என்கிறார்; 2) நெருக்கடியின் காரணம் இதுவே எனப் புரிந்ததும் மனம் லகுவாகி விடும் என்கிறார்.

எரிக் புரோமின் எழுத்துக்கள், குறிப்பாக “விடுதலை நோக்கிய அச்சம்” எனக்கு மிகுந்த ஆறுதலாக அமைந்த புத்தகம். நான் கடுமையான சோர்வில் இருக்கும் போதெல்லாம் புரோமின் சிந்தனைகளை அசைபோடுவேன், மனம் லேசாகி விடும்.

ஆனால் தத்துவத்தில் அதிகம் வாசிக்கத் தொடங்கிய பின்னர் புரோம் எழுத்திலுள்ள குறைகள், போதாமைகள் தென்பட்டன,

அவர் சற்று அலுக்கத் தொடங்கினார் என்பதையும் ஒத்துக் கொள்ள வேண்டும். இருந்தாலும், இன்றும் எனக்கு ஒரு மன இறுக்கம் ஏற்பட்டால் நான் நாடுவது அவரது நூலையே.

4) இறுதி வகை உளவியல் நூல்களை *positivism* (நேர்கருத்துவாதம்) என்கிறார்கள். மிஹெய் சிக்ஸென்மிகாயின் (*Mihaly Csikszentmihalyi*) ஒழுக்குக் கோட்பாடு (*flow*) பற்றி கேள்விப்பட்டிருப்பீர்கள். பிரக்ஞையின் இடையூறு இன்றி ஒரு வேலையில் ஆழ்ந்து செயல்படும் போது நாம் உச்சபட்ச மகிழ்ச்சியை அடைவதாய், அதை எப்படி சாத்தியப்படுத்துவது என சிக்ஸன்மிகாய் விளக்குகிறார்.

தன்முனைப்பு உளவியல் (*motivational*) நூல்கள் கடந்த நான்கு பத்தாண்டுகளுக்கு மேலாக உலக புத்தக சந்தையில் முதல் பத்து இடங்களுக்குள் வருபவை. நம்மூரில் கண்ணதாசன் பதிப்பகம் இத்தகைய நூல்கள் பலவற்றை முன்பு மொழியாக்கி வெளியிட்டிருக்கிறார்கள்.

நமது இந்திய தத்துவம் மனவோட்டம் குறித்து சொல்வதற்கும் இந்த வகை உளவியலின் அணுகுமுறைக்கும் ஒரு தொடர்பு உண்டு. நம் தத்துவம் எண்ணம் என்பது நிலையானது அல்ல, நெகிழ்வானது என்கிறது. நீ எதை நினைக்கிறாயோ அதுவாக ஆவாய் என்கிறது. அதற்காக தினமும் பணத்தைப் பற்றி நினைத்தால் பணம் மடியில் வந்து விழாது. ஆனால் நமது ஒற்றை சிந்தனை தொடர் சிந்தனைகளை உருவாக்குகிறது, தொடர் சிந்தனைகள் ஒரு வழித்தடத்தை மனத்தில் உருவாக்குகின்றன, ஆகையால் நம் மனவோட்டம் நம் மனநிலையை, எடுக்கும் முடிவுகளை, பிரச்சனைகளை எதிர்கொள்ளும் முறையைத் தீர்மானிக்கிறது. ஒரு சாமியார் ஒரு பூனையை வளர்க்க ஆரம்பித்து, அதற்கு பாலுக்காக பசுமாடு வாங்கி, பால் கறக்க ஒரு பெண்ணை நியமித்து கடைசியில் அவளை மணந்து கொள்ளும் கதையைக் கேள்விப்பட்டிருப்பீர்கள். இது மேற்சொன்ன தத்துவத்தின் ஒரு கொச்சையான விளக்கம் எனலாம்.

இந்த கோட்பாட்டை நேர்கருத்துவாத உளவிலாளர்கள் நவீன நரம்பியலின் கண்டுபிடிப்புகளின் தளத்தில் வைத்து மனித மனத்தின் இயல்பை, அதை நம் தேவைக்கேற்ப வடிவமைக்கும்

உபாயங்களைத் தருகிறார்கள். ஸ்டீவன் கோவியின் *Seven Habits of Highly Successfuly People*, ஆந்தனி ராபின்ஸின் *Awaken the Giant Within* இந்த வகை நூல்களில் நான் ரசித்தவை.

எனக்கு தன்முனைப்பு உளவியலில் நம்பிக்கை இல்லை என்றாலும், இவர்கள் மனித நடத்தையை அலசுவதை கவனிக்கப் பிடிக்கும். ஏனோ இத்தகைய நூல்களைப் படிப்பதில் எனக்கு மிகுந்த ஆர்வம் உண்டு. ஆனால் இவற்றைப் படித்து யாரும் உருப்பட முடியாது என்று நம்புகிறேன்.

லக்கான், பிராயிட், டெலூஸ் ஆகியோரை அறிமுக நூல்கள் படித்து பின்னர் மூலநூல்களை நேரடியாகப் படிப்பது நல்லது. பிராயிட் ஏகப்பட்ட ஆதாரங்கள், மேற்கோள்களை அள்ளி வழங்கியபடி செல்வார், ஒரு சிறிய பொருளை எடுக்க ஒரு இருட்டான குடௌனுக்குள் செல்வதைப் போல இருக்கும். டெலூஸின் மொழி (தெரிதாவைப் போல) கவித்துவமானது, உருவக ரிதியானது என்பதால் ஒரு எளிய அறிமுகத்துடன் அவரைப் படிப்பது உதவும். லக்கானின் எழுத்துமுறையும் சற்று சிக்கலானது. நிறைய பொறுமையும் கவனமும் அவருக்குள் செல்ல அவசியம்.

பிராயிடின் மிகப்பிரபலமான நூல் *The Interpretation of Dreams*. லக்கானின் பெயர் பெற்ற நூல் *Ecrits*. டெலூஸுக்கு *Difference and Repetition*. ஸிஸெக்கின் நூல்களைப் படிக்கும் முன் அவரது சுவையை லேசாய் அறிய பேட்மேன் படங்களைப் பற்றி அவரது கட்டுரையான *The Politics of Batman* படிக்கலாம். சமகால அரசியல், சமூகச் சூழல் பற்றி ஜாலியான நூல்களையும் சிக்கலான தத்துவ, உளவியல் ஆய்வு நூல்களையும் அவர் எழுதியிருக்கிறார்.

இவர்களைப் போக மிச்ச உளவியலாளர்களை நேரடியாகவே நீங்கள் படிக்கலாம்!

புத்தகங்களை வாங்குவது

கண்காட்சியில் எப்படி புத்தகங்களை தேர்வது?

அன்புள்ள அபிலாஷ் சாருக்கு ,
வணக்கம். உங்கள் விமர்சன கட்டுரைகள் தான் என்னை உங்களை நோக்கி அழைத்து வந்தது. வாசிப்பை பற்றி நீங்கள் தெரிவிக்கும் நுட்பங்கள் மிகவும் உதவிகரமாக உள்ளது. இவ்வாண்டில் தங்களை மிகவும் கவர்ந்த புத்தகங்களை பற்றி எழுதினால் புத்தக கண்காட்சியில் வாங்குவதற்கு உதவியாக இருக்கும் என நம்புகிறேன்.
ஜானகிராமன்
நன்றி

அன்புள்ள ஜானகிராமன்

உங்கள் அன்புக்கும் பாராட்டுக்கும் நன்றிகள்.

என்ன புத்தகங்கள் வாங்குவது?

ஒரு பட்டியலைக் கையில் கொண்டு கண்காட்சிக்கு செல்வது விநாயகர் உலகை சுற்றி வரப் புறப்பட்டது போல் ஆகி விடும். எந்த நோக்கமும் இன்றி கண்காட்சியை மேய்வதே சிறந்த அனுபவம். ஆனாலும் எந்த இலக்குமின்றி, தெளிவும் இன்றி எப்படி புத்தகம் வாங்குவது என கேட்டீர்களானால் அதற்கு பதில் தேட நீங்கள் உங்களுக்குள் முதலில் தேட வேண்டும். உங்கள் ரசனை என்னவென அறிய வேண்டும்.

கடந்த ஓராண்டில் எந்த எழுத்தாளனை தொடர்ந்து ரசித்துப் படிக்கிறீர்கள்? என்ன வகையான எழுத்து அது? அதன் பாணி, ஸ்டைல், தொனி, கருத்துக்கள், நிலைப்பாடு என்னென்ன? புது எழுத்தாளரா மூத்த எழுத்தாளரா? புனைவா, அபுனைவா அல்லது கவிதையா? அரசியலா, சமூகமா, தனி அனுபவமா, உறவுகள் பற்றின பதிவுகளா, உளவியலா, கலாச்சாரமா, அடிதடி வம்புகளா, சித்தாந்தமா, தத்துவமா, ஆய்வுக் கட்டுரைகளா?

எல்லா வகையான எழுத்துக்களும் நமக்கு அவசியமே. ஆக எந்த கூச்சமும் இல்லாமல் மேற்சொன்னவாறு தொகுத்துக்

கொள்ளுங்கள். அதன்படி எப்படியான புத்தகங்களை நீங்கள் தேடப் போகிறீர்கள் என தயாரிக்கலாம்.

அடுத்து, நீங்கள் தேடும் வகை நூல்கள், படைப்பாளிகள் எந்த பதிப்பகங்களில் கிடைக்கும், கிடைப்பார்கள் என அறிந்து வைத்துக் கொள்ளுங்கள். உதா. புது, சமகால எழுத்துக்கள், வணிக மற்றும் தீவிர ரசனைகள் கலந்த நூல்கள், சுஜாதாவின் நூல்கள் உயிர்மையில் கிடைக்கும். பண்பாட்டு ஆய்வுகள், மொழிபெயர்ப்பு, செவ்வியல் படைப்புகள், சு.ராவின் நூல்கள் என்றால் காலச்சுவடு. கிழக்குப் பதிப்பகம் இம்முறை இலக்கிய நூல்களும் அதிகம் கொண்டு வரப் போகிறார்கள். எஸ்.ராவின் நூல்கள் அதிகமும் வேடியப்பனின் டிஸ்கவரி புக்பேலஸ் கடையிலும் (அல்லது எஸ்.ராவின் சொந்த பதிப்பகத்தின் கடையிலோ), சாருவின் நூல்கள் எழுத்து பதிப்பக கடையிலும் கிடைக்கலாம். ஜெயமோகனின் நூல்கள் நற்றிணையில் கிடைக்கலாம். இது போக எவ்வளவோ வகைவகையான நூல்கள், விதவிதமான வித்தியாசமான கடைகள் இருக்கும். புது எழுத்தாளர்களின் நூல்கள் சிதறலாய் பல கடைகளில் கிடைக்கும்.

நீங்கள் சென்னையில் இருந்தால் இம்மாதம் தொடர்ந்து நடக்க இருக்கும் நூல் வெளியீட்டு கூட்டங்களில் கலந்து கொள்ளுங்கள். இம்மாதம் வெளிவரும் சிறு, நடுநிலை பத்திரிகைகளை வாங்கி புரட்டிப் பாருங்கள். பெரும்பாலான தமிழ் எழுத்தாளர்கள் முகநூலில் இருக்கிறார்கள். அவர்களைப் பின் தொடருங்கள். இவையெல்லாம் செய்தால் வரப் போகும் முக்கியமான நூல்களைப் பற்றி தெரிந்து கொள்ளலாம்.

நான் ஒருபோதும் படிக்க வேண்டிய படைப்பாளிகளின் பட்டியலை தர மாட்டேன். எனக்கு அதில் நம்பிக்கை இல்லை. மேலே குறிப்பிட்ட படைப்பாளிகள் கூட பொதுவாக இன்று பரவலாக படிக்கப்படுபவர்கள் எனும் ரீதியிலே. உங்களுக்கு ஆர்வமில்லையெனில் அவர்கள் பக்கமும் நீங்கள் நகரத் தேவையில்லை.

நாம் படித்தாக வேண்டிய நூல்கள் என்றொரு பட்டியல் நாம் சுலபத்தில் தயாரிக்கலாம். ஆனால் உங்கள் வாசிப்பு வளம் பெற அது உதவாது. என் 17 வயதில் ஜெயமோகனை சந்தித்து இதே கேள்வியை நான் கேட்க அவர் உடனடியாய் ஒரு தாளில் ஐம்பது சிறந்த கதைகளை எழுதித் தந்தார். ஆனால் அந்த பட்டியல் எனக்கு

பயன்படவில்லை. ஏனெனில் என் ரசனை தனியானது. பரிந்துரைப் பட்டியல் படி வாசிப்பது நம் வளர்ச்சிக்கு நிச்சயம் உதவாது. நான் தமிழின் சிறந்த எழுத்துக்களை படித்து விட்டேன் என இறுமாப்பு கொள்ள ஒருவருக்கு இப்பட்டியல்கள் பயன்படலாம். ஆனால் உண்மையான வாசிப்பு அதுவல்ல. வாசிப்பு தனியான பாதை. ஒரு மின்மினியைத் தொடர்ந்து இருளில் தனியாக நடந்து செல்லும் பயணம். அதுவே உங்களை மேம்படுத்தும்!

ஜாலியாக கை வீசி நடந்து செல்லுங்கள். புத்தகங்களை நின்று கவனித்து புரட்டிப் பார்த்து முடிந்தால் அங்கேயே சில பக்கங்களை படியுங்கள். அல்லது உங்களுக்கு நம்பிக்கை ஏற்படுத்தும்படியாய் தோன்றினால் வாங்குங்கள். புத்தகங்களுடனான நம் உறவு பார்த்ததும் காதல் என இருக்க வேண்டும். பெற்றோர் ஏற்பாடு செய்த திருமணமாய் இருக்கக் கூடாது.

நான் சென்ற முறை கண்காட்சியில் ஒரு நண்பருடன் சென்றேன். அவர் எந்த கடைக்குப் போனாலும் அங்குள்ள அத்தனை கவிதை நூல்களை வாங்கி சேகரித்துக் கொண்டார். அது தன் கடமை என்பது போல் நடந்து கொண்டார். நான் மாறாக, ஒவ்வொரு கடையிலும் பத்து அல்லது இருபது கவிதை நூல்களை பொறுக்கி எடுத்து அங்கேயே அமர்ந்து அவற்றில் சில பக்கங்கள் படித்து ஒன்றிரண்டு மட்டும் தேர்ந்தெடுத்தேன். நான் கண்காட்சியில் புத்தகங்களைத் தேடுவதை விட வாசிப்பதிலே அதிகம் நேரம் செலுத்துவேன்.

இன்னொரு விசயமும் கண்காட்சியில் முக்கியம். எழுத்தாளர்களையும் நண்பர்களையும் சந்திப்பது, வேடிக்கை பார்ப்பது, சும்மா சுற்றித் திரிவது. கண்காட்சியை நான் இப்படி ஒரு சந்திப்பு முனையாகவும் பார்க்கிறேன்.

நீங்கள் உங்கள் காதலியைக் காண அவளது கல்லூரிக்குப் போய் காத்து நிற்கிறீர்கள். அவள் வரத் தாமதமாக அங்கு உலவும் பிற அழகிய இளம்பெண்களை ரசித்து நிற்பீர்கள் அல்லவா! கண்காட்சியிலும் அது போல் நோக்கமற்ற ரசனையும் அலைச்சலும் அருமையான அனுபவங்கள்.

சிறப்பாக அமையட்டும்!

ஆர். அபிலாஷ் *1980*இல் பத்மநாபபுரத்தில் பிறந்தார். ஸ்காட் கிறுத்துவக் கல்லூரி, சென்னை கிறித்துவக் கல்லூரி மற்றும் சென்னை பல்கலைக்கழகத்தில் ஆங்கில இலக்கியத்தில் முறையே இளங்கலை, முதுகலை பட்டங்கள் மற்றும் முனைவர் பட்டத்தை பெற்றார். அவர் கடந்த பதினான்கு வருடங்களாக உயிர்மை, தீராநதி, அம்ருதா, குமுதம், ஆனந்த விகடன், தி ஹிந்து, தினமணி, கல்கி உள்ளிட்ட தமிழ் இடைநிலை இதழ்களிலும் வெகுஜன இதழ்களிலும் எழுதி வருகிறார். குமுதத்தில் கிரிக்கெட் பற்றியும், தினமணியில் ஆங்கிலம் பற்றியும் தொடர்கள் எழுதினார்.

ஆர். அபிலாஷ் இதுவரை மூன்று நாவல்கள், ஒரு சிறுகதைத் தொகுப்பு, கட்டுரைத் தொகுப்புகள், வாழ்க்கை சரிதை, ஒரு கவிதைத் தொகுப்பு, ஒரு ஹைக்கூ கவிதைகளின் மொழியாக்க தொகுப்பு உள்ளிட்டு ஆங்கிலத்திலும் தமிழிலுமாய் *35* நூல்களுக்கு மேல் பிரசுரித்திருக்கிறார். இவரது "கால்கள்" நாவலுக்கு *2014*இல் சாகித்ய அகாதெமி யுவ புரஸ்கார் விருது வழங்கப்பட்டது. *2016*இல் பாஷா பரிஷத் விருதும் இவரது இலக்கிய பங்களிப்புக்காக வழங்கப்பட்டது.

ஆர். அபிலாஷ் தற்போது பெங்களூர் கிரைஸ்ட் பல்கலைக்கழகத்தில் ஆங்கில பேராசிரியராக பணி புரிகிறார்.

விக்கிப்பீடியா பக்கம்: *https://en.wikipedia.org/wiki/Abhilash_Chandran_R*

www.ingramcontent.com/pod-product-compliance
Ingram Content Group UK Ltd.
Pitfield, Milton Keynes, MK11 3LW, UK
UKHW042017190726
13854UKWH00005B/2335

9 789390 884452